அனுமதி
சிறுகதைகள்

கிழக்கு பதிப்பக வெளியீடுகளாக சுஜாதாவின் புத்தகங்கள்

மீண்டும் ஜீனோ
நிறமற்ற வானவில்
நில்லுங்கள் ராஜாவே
தீண்டும் இன்பம்
ஆஸ்டின் இல்லம்
அனிதாவின் காதல்கள்
நைலான் கயிறு
24 ரூபாய் தீவு
அனிதா இளம் மனைவி
கொலை அரங்கம்
கமிஷனருக்கு கடிதம்
அப்ஸரா
பாரதி இருந்த வீடு
மெரீனா
ஆர்யபட்டா
என் இனிய இயந்திரா
காயத்ரி
ப்ரியா
தங்க முடிச்சு
எதையும் ஒருமுறை
ஊஞ்சல்
ஓரிரவில் ஒரு ரயிலில்
மீண்டும் ஒரு குற்றம்
விக்ரம்
நில், கவனி, தாக்கு!
வாய்மையே சில சமயம் வெல்லும்
ஆ..!
வசந்த காலக் குற்றங்கள்
சிவந்த கைகள்
ஒரே ஒரு துரோகம்
இன்னும் ஒரு பெண்
6961
ஜோதி
மாயா
ரோஜா
ஓடாதே
மேற்கே ஒரு குற்றம்
விபரீதக் கோட்பாடு
ஐந்தாவது அத்தியாயம்
மலை மாளிகை
விடிவதற்குள் வா
மூன்று நாள் சொர்க்கம்
பத்து செகண்ட் முத்தம்
கம்ப்யூட்டர் கிராமம்
இளமையில் கொல்
மேகத்தை துரத்தியவன்
ஒரு நடுப்பகல் மரணம்
நகரம்
இதன் பெயரும் கொலை
மண்மகன்
தப்பித்தால் தப்பில்லை
விழுந்த நட்சத்திரம்
முதல் நாடகம்
ஆட்டக்காரன்
ஜன்னல் மலர்
என்றாவது ஒரு நாள்
வைரங்கள்
மேலும் ஒரு குற்றம்
சொர்க்கத் தீவு
கனவுத் தொழிற்சாலை
ஆயிரத்தில் இருவர்
பதினாலு நாட்கள்
உள்ளம் துறந்தவன்
பிரிவோம் சந்திப்போம்
கரையெல்லாம் செண்பகப்பூ
இரண்டாவது காதல் கதை
நிர்வாண நகரம்
குருபிரசாதின் கடைசி தினம்
இருள் வரும் நேரம்
திசை கண்டேன் வான் கண்டேன்
ஆழ்வார்கள் - ஓர் எளிய அறிமுகம்
தேடாதே
விருப்பமில்லாத் திருப்பங்கள்
விரும்பிச் சொன்ன பொய்கள்
கை
ஆதலினால் காதல் செய்வீர்
நூற்றாண்டின் இறுதியில் சில சிந்தனைகள்
அப்பா, அன்புள்ள அப்பா
மிஸ். தமிழ்த்தாயே, நமஸ்காரம்!
சிறு சிறுகதைகள்
வாரம் ஒரு பாசுரம்
வானத்தில் ஒரு மௌனத்தாரகை
கடவுள் வந்திருந்தார்
அனுமதி
ஓலைப் பட்டாசு
சேகர், சிங்கமய்யங்கார் பேரன்
கம்ப்யூட்டரே ஒரு கதை சொல்லு
டாக்டர் நரேந்திரனின் வினோத வழக்கு
நிஜத்தைத் தேடி
பாதி ராஜ்யம்
சில வித்தியாசங்கள்

அனுமதி

சிறுகதைகள்

சுஜாதா

கிழக்கு

அனுமதி
Anumathi
by Sujatha
Sujatha Rangarajan ©

First Edition: December 2013
184 Pages
Printed in India.

ISBN 978-81-8493-662-9
Kizhakku - 633

Kizhakku Pathippagam
177/103, First Floor,
Ambal's Building, Lloyds Road,
Royapettah, Chennai 600 014.
Ph: +91-44-4200-9601
Email : support@nhm.in
Website : www.nhm.in

Cover Image: Shutterstock

Kizhakku Pathippagam is an imprint of New Horizon Media Private Limited

This book is sold subject to the condition that it shall not, by way of trade or otherwise, be lent, resold, hired out, or otherwise circulated without the publisher's prior written consent in any form of binding or cover other than that in which it is published and without a similar condition including this the rights under copyright reserved above, no part of this publication may be reproduced, stored in or introduced into a retrieval system, or transmitted in any form or by any means (electronic, mechanical, photocopying, recording or otherwise), without the prior written permission of both the copyright owner and the above-mentioned publisher of this book.

> நம் இளைஞர்களை, நம் கடற்கரையில், நாமே சுட்டுப் பலிவாங்கும்படியாக எங்கே, எந்தக் கட்டத்தில் இந்த நாட்டில் பெரியவர்கள் தப்பு செய்துவிட்டோம்? நன்றாகத்தானே ஆரம்பித்தோம்! எங்கே தப்பு செய்தோம்? எங்கே எங்கே..?

பொருளடக்கம்

1. அனுமதி / 09
2. எப்படிக் கொல்வேனடி / 21
3. இரு கடிதங்கள் / 29
4. தாகம் / 36
5. மஹாபலி / 44
6. தேடல் / 58
7. திவா / 72
8. மஞ்சள் ரத்தம் / 81
9. வாசனை / 89
10. மறுமணம் / 109
11. சரளா / 124
12. அம்மன் பதக்கம் / 141

1

அனுமதி

ராமதுரை,

அபிராமி அந்தாதியின் 'நூல் பய'னில் தேடித் தேடிப் பார்த்தார். நல்வித்தையும் ஞானமும் பெற, பிரிந்தவர் ஒன்று சேர, அகால மரணமும் துர் மரணமும் உண்டாகாதிருக்க என்று நூறு பலன்கள் போட்டிருந்தாலும் 'பிள்ளைக்கு வேலை கிடைக்க' தோதாக எந்தப் பாட்டும் இல்லை. 'அபிராமி பட்டர் காலத்தில் வேலை கிடைப்பது அத்தனை கஷ்டமில்லை போலும்' என்று எண்ணினார். அதே சமயம் இவ்வாறு எண்ணுவதே பாவம், தப்பு என்று பட்டு சந்தேகத்துக்குக் 'கொள்ளேன் மனத்தில் நின்கோல மல்லாது' என்று தொடர்ந்து சொல்லிவிட்டு பூஜை அறையிலிருந்து வெளியே வந்தபோது, மேஜை மேல் மந்தார இலையில் இட்லி சட்னி பொட்டலம் காத்திருந்தது. மகாலட்சுமி அடுத்த வீட்டில் ஸ்டார் டிவி பார்க்கச் சென்றிருக்க, பாலாஜி அப்போதுதான் எழுந்து பல் துலக்கிக்கொண்டிருந்தான். 'பொறுப்பில்லாமல் இருக்கிறானே' என்று ஆத்திரம் வந்தாலும், காதல், கீதல் என்று எதுவும் ஆரம்பிக்காமல் ஒழுங்காக லைப்ரரி போய் 'பார்ட் டைம்' செய்துவிட்டு வீட்டுக்கு வருகிறானே, அதுவே பாக்கியம் என்று மனத்தில் நிம்மதி இருந்தது. இவனுக்குக் கல்யாணம் பண்ணவேண்டும். அதற்கு அபிராமி அந்தாதியில் நல்ல பாட்டு இருக்கிறது. 'திங்கட் பகவின் மணம் நாறும் சீரடி சென்னி வைக்க,' - ஆனால் மகன் பாலாஜி என்னும்

விசுவநாதனுக்கு வேலை கிடைப்பது இரண்டு வருஷம் இழுத் தடித்துக்கொண்டு போய்விட்டது. போன வருஷம் பல நிறுவனங் களுக்கு மனுப் போட்டு அனுமதிப் பரீட்சை எழுதினான். எதிலும் கிடைக்கவில்லை. சிரத்தையுடன் படிக்கவில்லை என்றுதான் தோன்றியது. அதைக் கேட்கவும் தயக்கமாக இருந்தது. ஓடிப் போய்விட்டானானால்? ஒரே பையன். 'இந்த வருஷம் எப்படி யாவது கொஞ்சம் கஷ்டப்பட்டு படிச்சுடேன் பாலாஜி' என்றார். அவன் 'எம்ப்ளாய்மெண்ட் நியூ'ஸை விரக்தியுடன் பார்த்துக் கொண்டு 'என்னப்பா இத்தனை வருஷம் படிச்சு, பாஸ் பண்ணி, மறுபடியும் வேலைக்குப் பரீட்சைன்னா போர் அடிச்சுப் போச்சுப்பா; அலுத்துப் போச்சுப்பா' என்றான். லட்சுமி, ஹாங்காங் பணக்காரர்கள் இல்லங்களைத் துறந்துவிட்டு அப்போதுதான் உள்ளே வந்தாள்.

'பின்ன என்னதான் செய்யறதா உத்தேசம்?'

'நான் உங்களுக்கு பாரமாவா இருக்கேன்?'

'இல்லை. இருந்தாலும், படிப்பு முடிஞ்சு ரெண்டு வருஷம் ஆச்சேன்னு..'

'வேலை, கல்யாணம், பிள்ளை பெத்துக்கறது. அப்பா இதுதானா வாழ்க்கையில குறிக்கோள்?'

'வேற ஏதாவது இருந்தா சொல்லு.'

'சாமியாராப் போகணும்ங்கறாயா?' என்றாள் மகாலட்சுமி.

'சொல்றேன்' என்றான் விரோதமாக.

'நீ சும்மாரு' என்று மனைவியை அதட்டிவிட்டு 'பாரத் பரீட்சை எழுதப் போறே இல்லை?'

இந்த வருஷம் அவனை பாரத் கம்பெனிக்கு பரீட்சை எழுதச் சொல்வதற்கே பெரிய போராட்டமாகிவிட்டது.

'எனக்கு அந்தப் பரீட்சை எல்லாம் பாஸ் பண்ண தெம்பில் லைப்பா. ரொம்ப டஃப்பா இருக்கு. போன வருஷம் எழுதினேனே.. ஒரே மாதிரி நாலு ஆன்ஸர் கொடுத்திருக்கான். அதிலே எல்லாமே சரிபோல இருக்கு. ரொம்பக் கஷ்டமான பரீட்சை. பேப்பர் செட் பண்றவன் எல்லாம் இதுக்கு முந்தி

எமலோகத்தில் சித்திரவதை டிப்பார்ட்மெண்ட்டில இருந்தவன் போல.'

'இன்னும் ஒரு முறை எழுதிப் பாரேன், சிரத்தையா படிச்சு.'

'ஏதோ நீங்க சொல்றீங்கன்னு எழுதறேன்' என்றேன்.

'கிடைச்சா நல்ல வேலைதானே?'

'நல்ல வேலைதான். இந்தியாவிலேயே சிறந்தது. ஆனா பத்தாயிரம் பேர்னா எழுதறாங்க!'

'அதைப்பத்தி உனக்கு என்ன?'

'எனக்கு எங்க கிடைக்கப் போறது?'

'கொஞ்சம் படிச்சுப் பாரேன். கொஞ்சம் எஃபர்ட்..'

'ரமேஷ் எழுதி பாஸ் பண்ணலை?'

ரமேஷ் மகாலட்சுமியின் தம்பி பையன். 'அம்மா எத்தனை தடவை சொல்லியிருக்கேன், ரமேஷ் வேற நான் வேறன்னு.'

'நீ உள்ள போறயா இல்லையா?' என்று அவளை ஆள்காட்டி விரலால் திசை காட்டினார்.

'ஆமா எல்லாரும் சேர்ந்து என்னை அதட்டுங்கோ.'

'ட்ரை பண்றேன்பா. எனக்காக நீங்க ரெண்டுபேரும் சண்டை போடவேண்டாம்' என்றான்.

அவனைப் பார்க்கப் பரிதாபமாக இருந்தது. எட்டு ஸெமஸ்டர், ஏறக்குறைய எண்பது பேப்பர் எழுதிக் களைத்து, அலுத்து, மறுபடி பரீட்சை என்றால் எத்தனை அலுப்பாக இருக்கும்! எத்தனை போட்டி? ஒரு வேலைக்கு எத்தனை விண்ணப்பங்கள்!

'இந்த உலகத்தின் மேல வெறுப்பில்லாம நான் நடமாடிண்டிருப்பதே ஆச்சரியம்' என்று பனியனை மாட்டிக் கொண்டு புறப்பட்டான். 'எங்க போறான்! தெருக்கோடில சிகரெட் பிடிக்க!'

ஆபீசில் அவரைத் தேடிக்கொண்டு விஷ்ணுமூர்த்தி என்பவர் வந்திருந்தார். ராமதுரையின் மேசைமேல் ஆப்பிள் பழங்களை

யும் பென்சில் செட்டையும் வைத்தபோதே உஷாரானார். 'என்ன விஷயம்? இதெல்லாம் எதுக்கு?' விஷ்ணுமூர்த்தி என்பவர் அறிமுகமாவதற்கு முன்னாலேயே சிரித்தவர், அந்தக் கூழைச்சிரிப்பை ரத்து செய்யாமல் விவரம் சொன்னார். அவர் மேலதிகாரிக்கு கோரமங்களாவில் ஒரு 'சைட்' அலாட் ஆகியிருந்து, 'அது இன்னும் லெட்டரா வரல்லை; விசாரித்ததில் ஏதோ பேமெண்ட் டிஃபால்ட் இருந்ததால் அலாட்மெண்ட் கேன்ஸல் ஆகி கமிஷனருக்கு மனுப் போட்டிருக்கு.' அந்த மனு ராமதுரையின் டேபிளுக்கு வந்திருப்பதாகவும் சொன்னார்.

'ஆமா நான் என்ன செய்யணும்?' என்றார்.

'நீங்கள் நினைத்தால் அலாட்மெண்ட் கொடுக்க சிபாரிசு செய்யலாம்' என்றார், அறையில் சுற்று முற்றும் பார்த்து.

ராமதுரை அவரை நேராக நோக்கி, 'லஞ்சமா?' என்றார்.

'அப்படின்னு இல்லை, ஒரு கன்ஸிடரேஷன்.'

'எழுந்து போய்யா, நான் இந்த டிபார்ட்மெண்ட்டில இருபத்தைந்து வருஷம் உழைத்திருக்கிறேன்; வீட்டுக்கு ஒரு குண்டூசி கூட எடுத்துச் செல்லமாட்டேன் தெரியுமா?'

'சொன்னாங்க.'

'பின்ன என்ன தைரியத்தில எங்கிட்ட லஞ்சம் கொடுக்க வருகிறீர்? இப்ப போலீஸுக்கு போன் பண்ணினால் உம்மை அரெஸ்ட் பண்ணுவார்கள் தெரியுமா?' என்றார்.

'மெள்ள.. மெள்ளப் பேசுங்க. இப்ப நான் என்ன சொல்லிட்டேன்?'

'என்னை லஞ்சம் வாங்குபவன் என்று எப்படித் தீர்மானித்தீர்?'

அந்த ஆசாமி ராமதுரையை நேராகப் பார்த்து, 'மிஸ்டர் ராமதுரை, என்னை நீங்க தப்பா நினைக்கக்கூடாது. நான் லஞ்சம் கொடுக்க வரவில்லை. ஒருவிதமான பரஸ்பர உதவிக்காக வந்தேன். என் மேலதிகாரி 'பாரத்'ல பெரிய ஆபீசர்.'

'பாரத்?' என்றார்.

'உங்க பையன் எஞ்ஜினீயர் வேலைக்கு அனுமதி பரீட்சை எழுதறானே.. அதே பாரத் கம்பெனியில்!'

'ஸோ....'

விஷ்ணுமூர்த்தி மறுபடி இடம் வலமாக 'ரேடார்' போலத் தலையைத் திருப்பிப் பார்த்துவிட்டு,

'நீங்க இந்த அலாட்மெண்ட் போட்டுக் கொடுத்தால் பரீட்சை பேப்பரைக் கொண்டு வந்து இதே மேசை மேல் வைக்கிறேன்; இல்லை வீட்டில் கொண்டுவந்து கொடுக்கிறேன்.'

ராமதுரையின் கை நடுங்குவதை அவர் கவனித்து. 'பரீட்சை முடிந்து, அலாட்மெண்ட் கொடுத்தால் போதும்.'

ராமதுரை 'முடியாது, நத்திங் டூயிங்' என்று சொன்னாலும் அதை அத்தனை கடுமையாகச் சொல்லவில்லை.

'பாருங்க சார். உங்களால முடிஞ்சா சரி; இல்லை இன்னும் மேல போகணும்னாலும் போகலாம்.'

'அதெல்லாம் எதுவும் ப்ராமிஸ் பண்ண முடியாது. முதல்ல கேஸ் ஷீட்டைப் பார்க்கணும்.'

'நல்லா பாருங்க. ராமதுரை மை ஆஃபர் இஸ் ஓப்பன். ஒரே ஒரு பேப்பர்தான் வெளியே வரும், வேற யாருக்கும் கிடைக்காது, எஸ்.... எ ஸ்பெஷல் கேஸ்' ராமதுரை பென்சிலால் பலவாறு மேசைமேல் சுழித்துக்கொண்டிருக்க,

'திங்கள் கிழமைக்குள்ள யோசிச்சு வையுங்கோ, ஸண்டே வீட்டிலதான் இருப்பேன்; போன் பண்ணலாம்' என்று விஸிட்டிங் கார்டைக் கொடுத்தார். 'பரீட்சை பத்தாம் தேதி. ஒரு நாலு நாளாவது டயம் வேணுமில்லையா?' என்று சொல்லிக் கொண்டு செல்கையில்கூட 'இது லஞ்சம் இல்லை' என்று சொல்லிவிட்டுத்தான் போனார். ராமதுரை, அவர் போனதும் இருப்புக் கொள்ளாமல் யோசித்தார். அந்த ஃபைலைப் பார்த்தார். கொஞ்சம் சிக்கலான கேஸ்தான். பேமெண்ட் டிஃபால்ட் ஆகியிருக்கிறது. 'டிஃபால்ட் இல்லை' என்று இவர் சர்டிபிகேட் கொடுத்தால் காரியம் ஆகும். லெட்டர் கொடுக்க முடியும்.

முதல் தவணைகளையெல்லாம் கட்டியிருக்கிறார். நடுவில் மூன்று தடைப்பட்டு, அலாட்மெண்ட் கான்ஸல் ஆகி, ஆக்ஷனுக்குப் போயிருக்கிறது. இன்னும் 'ஆக்ஷன் ஆக வில்லை, வெளிநாடு போயிருந்தேன்' என்று சாக்குச் சொல்லி,

பழைய கேஸ் ஒன்றில் விதிவிலக்குப் போன வருஷம் கொடுத்தது ஞாபகம் வந்தது. இருந்தும்..

'என்ன நான் பணம் வாக்குகிறேனா, லஞ்சம் வாங்கவில்லை. ஒரு 'பிரிஸிடெண்ட்'படித்தான் அலாட் பண்ணப் போகிறேன். என்றெல்லாம் பலவிதத்தில் சமாதானம் செய்துகொண்டாலும், ஆதாரமாக இது தப்பு என்பது உறுத்தியது. எந்தவிதத்தில் தப்பு?

இன்றைய தேதிக்கு அந்த சைட்டின் மதிப்பு மிக அதிகம். ஆக்ஷனில் போனால் எட்டு லட்சம் வரும்.

இந்த இலாகாவுக்கு இருபத்தைந்து வருஷம் உழைத்ததுக்கு ஒரு சின்னச் சலுகை எடுத்துக்கொள்வது போலத்தான் இது. எத்தனை பேர் கொள்ளையடிக்கிறார்கள்! அவரவர் ஆயிரம் கோடி, இரண்டாயிரம் கோடி என்கிறார்கள். ஸ்டாக் ஊழலில் பேங்க் மேலதிகாரிகளைப் பார்! அப்படியெல்லாமா இது? ஏதோ ஒரு சின்ன விதிவிலக்கு பண்ணி, ஒரு அலாட்மெண்ட்டை, டீஃபால்ட் பேமெண்ட்டை வட்டியோடு கட்டிவிடச் சொல்லி, வீட்டு மனையைக் கொடுக்கப்போகிறேன். அதற்கு பிரதியுபகார மாக அவன் ஒரு கேள்வித்தாளைத் தரப்போகிறான்!

பத்தாயிரம்தான் பேமெண்ட். ஆனால், இன்றைக்கு அந்த சைட் கோரமங்களாவில் எட்டு லட்சம் போகும் என்பதைப்பற்றி அவர் நினைக்க மறுத்தார்.

வீட்டுக்கு வந்தபோது லட்சுமியிடம் சொன்னார்.

'பேசாம செஞ்சுடுங்கோ. என்ன பணமா, காசா? இவனுக்கும் ஸ்திரமா வேலை கிடைச்சுடும். கிடைச்சா, கல்யாணத்துக்குப் பொண் கொடுக்க காத்துண்டிருக்கா. நம்ம கஷ்டம், கவலை யெல்லாம் தீர்ந்துபோய்விடும். இவனும் என்னைத் தொந்தரவு பண்றதை நிறுத்துவான்.'

'தொந்தரவு பண்றானா?'

'எதைக் கேட்டாலும் எதுத்துப் பேசறான். உங்க பிள்ளை இன்னைக்கு என்னை அடிக்கவே வந்துட்டான்.'

'எங்கே அவன்?'

'லைப்ரரிக்குப் போயிருக்கான். உங்க மேல இருக்கிற ஆத்திரத்தை என்கிட்டக் காட்டறான்.'

'நான் என்ன செஞ்சேனாம்?'

'சரியா வேலை வாங்கிக் கொடுக்கலைன்னு அவனுக்கு குறையோ என்னவோ!'

'எதும் செய்யவேண்டாம். இவனுக்கு அந்த பேப்பரோ என்னவோ சொன்னீங்களே.. அதை வாங்கி, பாஸ் பண்ணி வெச்சுருங்கோ. நம்ம பொறுப்பு முடிஞ்சுது. அப்புறம் கல்யாணம் பண்ணினா பண்ணிக்கிறான், இல்லைன்னா எக்கேடா கெட்டுப் போகட்டும். வாங்கிக் கொடுத்துருங்கோ. வீட்டில இருந்தா எனக்குப் பைத்தியமே பிடிச்சுடும். தினப்படிக்கு இருபது ரூபாயைக் கொண்டாங்கறான். எதுக்குடான்னு கேட்டா, 'நீ யார் கேக்கறதுக்கு? அப்பா சம்பாதிக்கிறார்ங்கறான்.' முரடன். எனக்கு இந்த வீட்ல என்ன உரிமை இருக்கு?'

'புலம்பாதே, முதல்ல பையனைப் பத்தி புகாரை முடிச்சாச்சா இல்லையா?'

'உங்களுக்கு விளையாட்டா இருக்கு. நான்தான் வீட்டில இருபத்து நாலு மணிநேரமும் கஷ்டப்படறவ. என்ன எதுத்துப் பேசறான் தெரியுமா!'

அவனைப்பற்றிக் கேட்கக் கேட்க அவன் மேல் இல்லை, இதைத் தட்டிக் கேட்க முடியாத அல்லது விரும்பாத தன் கையாலாகாத் தனத்தின்மேல் ஆத்திரம் வந்தது.

'சரி சரி. சாயங்காலம் வந்ததும் கேட்டுர்றேன்' என்றார்.

'கேக்கமாட்டீங்க. அதுக்கெல்லாம் தைரியம் எங்க இருக்கு? பேசாம அந்த பேப்பரோ என்ன எழவோ அதை வாங்கிக் கொடுத்துருங்கோ.'

ராத்திரி பாலாஜி வந்தபோது அவனிடம் காட்டமாக சிகரெட் வாசனை அடித்தது. கேட்க விரும்பவில்லை. சிகரெட்தானே, 'ட்ரக்' பழக்கம் இல்லையே என்று எண்ணிக்கொண்டார். இருந்தும் அவன் மேல் கோபம் வந்தது. என்ன ஒரு பொறுப்பில்லாதவன். பையில் மெலிதாகத் தெரிந்த வில்ஸ் பாக்கெட் அவரை சீண்டியது. 'என்ன பாலாஜி பரீட்சைக்கு எப்படிப் படிக்கிறே?'

'இனிமேத்தான் ஆரம்பிக்கணும். இந்த வருஷம் பாட்டர்னை மாத்திருக்காளாம். எனக்கு என்னவோ சான்ஸே இல்லப்பா.'

‘எனக்குத் தெரிஞ்சவா ஒருத்தர் பாரத்ல வேலை பார்க்கறார். அவர் சில குறிப்புகளை மாதிரி கொடுக்கறேன்னிருக்கார்.’

‘அப்படியா!’ என்றான். ‘பரவாயில்லையே! அவர் அட்ரஸ் கொடுங்கப்பா. நான் போய்ப் பார்த்துட்டு வரேன்.’

‘அவரே என்னைப் பாக்க வருவார்.’

‘ஏதாவது ஹிண்ட் கிடைச்சு, அதிர்ஷ்டம் அடிச்சு பாஸ் பண்ணாத் தான் சரி. ரொம்பக் கஷ்டமான பரீட்சை’ என்றான்.

‘இந்தத் தடவை பாஸ் பண்ணிடுவே பாலாஜி.’

‘ஏன்? அபிராமி அந்தாதி ரெண்டுவேளை சொல்ல ஆரம்பிச்சிருக் கீங்களே.. அதனாலயா?’

‘அம்மா கூட என்ன சண்டை? எதுத்துப் பேசினியாமே!’

‘அம்மா நான் சொல்றதையெல்லாம் உங்ககிட்ட சொல்றா, அவ எங்கிட்ட கேக்கற கேள்விகளை எல்லாம் சொல்றாளோ? சொல்லமாட்டாப்பா. அம்மா சிலவேளை என்னை எப்படி யெல்லாம் திட்டறா தெரியுமா? தெண்டச்சோறுங்கற போதெல் லாம் என்ன ஆத்திரம் வரும் தெரியுமா?’

‘இருந்தாலும் உன் அம்மாதானேடா அவ?’

‘அதைச் சொல்லுங்கோ. ஞாபகப்படுத்துங்கோ, இவனுக்குச் சின்ன வயசில மாந்தம் வந்து எத்தனை கஷ்டப்பட்டிருக்கேன்னு சொல்லுங்கோ!’ என்றாள் உள்ளே நுழைந்ததும்.

‘எல்லாத்துக்கும் லிமிட் இருக்கு இல்லையா? ஒவ்வொரு முறையும் பணம் கொடுக்கறப்ப பிச்சைக்காரன் மாதிரி ஃபீல் பண்ண வெக்கறா. எப்பப் பார்த்தாலும் ரமேஷோட கம்பாரிஸன்.’

‘இனிமே அவனுக்குப் பணம் கொடுக்கற காரியத்தை எங்கிட்ட ஒப்படைக்க வேண்டாம். சொல்லிட்டேன்.’

‘ஷட் அப்’ என்றான்.

‘பாத்திங்களா! கேட்டுண்டே இருங்களேன்.’

‘என்னப்பண்ணச் சொல்றே? வளந்த பையனை அடிக்க முடியுமா?’

'அது ஒண்ணுதான் பாக்கி.'

ராமதுரைக்கு வந்த கோபத்தில் இவனை ஏன் பெற்றோம் என்று தோன்றியது. ஒரே சவட்டு சவட்டலாம் என்கிற ஆத்திரம், விஷ்ணுமூர்த்தி வந்ததால் அடங்கிவிட்டது.

பாலாஜி தன் அறைக்குப் போய்விட்டான்.

'என்ன ஸார் பாத்தீங்களா? நமஸ்காரம் அம்மா' என்று ஒரு கூடை ஆப்பிளை மேஜை மேல் வைத்தார்.

'கேஸ் ஷீட்டைப் பார்த்தேன். ஒரு வருஷம் வெளிநாடு போயிருந்ததால் பணம் கட்ட முடியலைன்னு மனுவை மாத்திக் கொடுத்துருங்கோ. அலாட்மெண்ட் ரெஸ்டோர் பண்ணிர்றேன்.'

இதைக் கேட்டதும் அவர் முகம் பல்பு போட்டாற் போல் பிரகாசமாகியது.

'பிரில்லியண்ட்; வெரிகுட், அப்ப காரியம் முடிஞ்சாப்பலதான்.'

'ஆமாம், அப்புறம் அந்த...'

'பரீட்சைதானே? நான் சொன்ன வார்த்தையைக் காப்பாத்து வேன்.' அவர் தன் கைப்பையைத் துழாவிக் காகித உறையை எடுத்தார்.

'இதைப் பையன்கிட்டக் கொடுத்துட்டு, இதுமாதிரி வரும்னு சொல்லிடுங்கோ.'

'வேற எதுவும் சொல்லவேண்டாம்.'

'அதெல்லாம் ப்ராப்ளம் இல்லை.'

அப்போது பாலாஜி உள்ளே வந்தான். 'பாலாஜி நான் சொல்லலை? பாரத்ல நம்ம ப்ரெண்டுன்னு.. இவர்தான்.'

'நமஸ்காரம் ஸார். உங்க கம்பெனி பரீட்சை ரொம்ப டஃபா இருக்கு.'

'என்ன பண்றது பத்தாயிரம் பேரை வடிகட்ட வேண்டியிருக்கே. இவர்தான் பரீட்சை பத்தி ஹிண்ட் கொடுக்கிறார்.'

பாலாஜி அந்தக் கவரைப் பார்த்தான்.

‘இதில் இருக்கிற மாதிரி வரும்.. கேள்விகள் எல்லாம். இது மாடல் பேப்பர் மாதிரி..’

‘அப்படியா! ரொம்ப தாங்ஸ் சார். இந்த முறையாவது ஆனஸ்டா முயற்சி பண்ணிப் பார்க்கலாம்’ என்று அவன் அதை வாங்கிக் கொண்டான்.

‘நான் வரட்டுமா? வியாழக்கிழமை வந்தா அலாட்மெண்ட் லெட்டர் ரெடியாயிடுமா?’

‘மத்தியானம் வாங்கோ! அப்பத்தான் சேர்மன் ஆபீஸ்ல இருப்பார், கையெழுத்து வாங்கமுடியும்.’

‘காரியம் ஆயுடுமோல்லியோ?’

‘ஆய்டும்.’

‘உங்களுக்கும் ஆய்டும். ஆனப்புறம்தானே லெட்டரே கொடுக்கப்போறேள்?’

பாலாஜிக்கு அந்தப் பரீட்சை புதன் கிழமை இருந்தது. விஷ்ணு மூர்த்தி கொடுத்த கேள்விகளுடன் மற்ற பல பகுதிகளையும் படிப்பதாகச் சொன்னான். அதைப்பற்றி அவர் அதிகம் கவலைப் படவில்லை. விஷ்ணுமூர்த்தியின் கேள்விகள் பதிலுடன் இருந்ததாகச் சொன்னான்.

‘அதை முழுக்கப் பாத்துட்டல்ல.’

‘பாத்துட்டேன்ப்பா. இது மாதிரி வந்தா எழுத முடியும்னு தோண்றது பார்க்கலாம்’ என்றான். ராமதுரைக்கு உள்ளுக்குள் உவகையாக இருந்தது. ‘பையன் பாஸ் பண்ணிவிடுவான், வேலை கிடைத்துவிடும். ஹிந்துவில் மேட்ரிமோனியலில் போடலாம்.’

Non baradwaja Match for handsome boy, age 27, employed in premier Public....

புதன்கிழமை ஆபீஸ் போயிருந்ததால் சாயங்காலம் வரை விசாரிக்க முடியவில்லை. திரும்பி வந்ததும் ‘பாலாஜி வந்தானா?’ என்றார்.

‘வந்தாச்சு. மாடில படுத்துண்டிருக்கான்.’

'பரீட்சை எப்படி எழுதினானாம்?'

'அவனையே கேளுங்கோ. பரீட்சை எழுதப் போய்ட்டு சீக்கிரமே வந்துட்டான். எப்டிரா எழுதினேன்னு கேட்டதுக்கு உன் வேலையைப் பாத்துண்டு போன்னான்.'

'முதலிலேயே விடைகள் தெரிந்ததால் சீக்கிரம் எழுதி முடித்து விட்டு வந்துட்டான் பைத்தியமே!' என்று மனசில் சொல்லிக் கொண்டார்.

பாலாஜி ஆறு மணிக்கு மத்யானத் தூக்கத்தால் உப்பின கன்னங் களுடன் வந்தான்.

'என்ன பாலாஜி எப்படி இருந்தது பேப்பர்?'

அவர் எதிரே உட்கார்ந்தான்.

'அப்பா ரொம்பப் பெரிய சர்ப்ரைஸ். அந்த பேப்பர், மாடல் பேப்பர் இல்லை. அதே பேப்பர். அன்னிக்கு அந்த ஆளு கொண்டு கொடுத்த அதே பேப்பர். ஒரு கேள்வி கூட தவறாம நூறு கேள்வியும் அதே வந்தது.'

'அப்படியா தட்ஸ் லக்கி! எழுதிட்டயோல்லியோ? அதான் சீக்கிரமே எழுதிட்டு வந்துட்டியா?'

'இல்ல. எழுதாம வந்துட்டேன்.'

அதிர்ந்துபோய் 'என்னது?' என்றார்.

'ஆமாம். வெறும் தாளைக் கொடுத்துட்டு எழுந்து வந்துட்டேன்.'

'என்னடா சொல்றே பைத்தியக்காரா! ஏண்டா?'

'எனக்கென்னமோ இது நியாயமில்லைன்னு பட்டுது. பத்தாயிரம் பேர் எழுதறாங்க. ஒழுங்கா நேர்வழியில் மாஞ்சு மாஞ்சு எழுதறாங்க. நான் மட்டும் திருடப்பட்ட, லீக் ஆன பேப்பரை வெச்சு எழுதறது, இட்ஸ் நாட்·ஃபேர். அப்பா, நீங்க அன்னிக்கு பேசிண்டிருந்ததை கவனிச்சப்ப அந்தாளுக்கு ஏதோ காரியம் செய்ததுக்கு லஞ்சம் மாதிரித்தான் இந்த பேப்பரோன்னு தோணித்து. எனக்குப் பிடிக்கலைப்பா!'

'என்னடா பிடிக்கலை?'

'அப்பா நீங்க எவ்வளவு சுத்தமானவர்னு தெரியும். எனக்காக நீங்க உங்களை கறைப்படுத்திக்கிறதை நான் விரும்பலை. அப்புறம் இந்த மாதிரிப் பரீட்சையெல்லாம் சொந்த முயற்சியில்தான் பாஸ் பண்ண விரும்பறேன். உங்களையே சார்ந்து இருந்தது போதும் எனக்கு.'

மகாலட்சுமி இடிந்துபோய்க் கன்னத்தில் கைவைத்துத் தரையில் உட்கார்ந்துவிட்டாள். 'இந்த மாதிரி ஒரு பைத்தியத்தைப் பெத்து வெச்சிருக்கோமே, அவனை அடிங்களேன் முதுகில. ஆத்திரம் தீர ஒரு சாத்து சாத்துங்களேன்' என்றாள்.

ராமதுரை கிட்டே போய் அவனை அணைத்துக்கொண்டார்.

2

எப்படிச் சொல்வேனடி

சீதாலட்சுமி வீடு திரும்பியபோது திடுக்கிட்டாள்.

கோபிநாத்தின் பூட்ஸ் வாசலில் வைத்திருக்க, முன் அறையில் அவன் சீருடை கழற்றி ஆணியில் மாட்டப்பட்டிருந்தது. மின் விசிறி ஓடிக்கொண்டிருந்தும் சிகரெட் புகை விரவியிருந்தது. ஆஷ்ட்ரே சிகரெட் துணுக்குகளால் அடர்த்தியாக இருந்தது. கோபிநாத் காலை நீட்டிக்கொண்டு எதற்கோ காத்திருந்தது போல உட்கார்ந்திருந்தான்.

'எப்ப வந்தீங்க? டூட்டி இல்லையா?'

'இல்லை.'

'உடம்பு சரியில்லையா?'

'உடம்புக்கென்ன, நல்லாத்தான் இருக்குது.'

'பின்ன.. என்ன இப்படி திடுதிடுப்புன்னு?' சமைக்கக்கூட இல்லையே!'

'நான் சாப்பிட வரலை. சீதா, எங்கே போயிருந்தே?' சாதாரண மாகத்தான் கேட்டான். ஆனால் அவள் முகத்தை நேராகப் பார்க்கவில்லை.

'கடைக்குப் போயிருந்தேன். ஏன்?'

'எந்தக் கடைக்கு?'

'ரெண்டு மூணு கடைக்கு. என்ன இது புதுசா?'

கோபிநாத் நிமிர்ந்து உட்கார்ந்து, மறுபடியும் ஒரு சிகரெட் பற்றவைத்து முழுசாக ஒரு தடவை இழுத்து, அதை ட்ரேயின் விளிம்பில் வைத்தான். 'உக்காரு' என்று காலால் பிரம்பு நாற்காலியை அவள் பால் தள்ளி, போலீஸ் மிடுக்கு..

'கோபம் போல இருக்கு. எதுக்குன்னு சொன்னீங்கன்னா?'

'உக்காரு' என்றான் அழுத்தமாக. கோபம்!

விளிம்பில் உட்கார்ந்தாள்.

'நிசமாச் சொல்லு, எதுக்குன்னு தெரியாது?'

'தெரியாது.'

கோபிநாத் - சற்று நேரம் அவளை நிறுத்தி நிதானமாகப் பார்த்தான்.

'ராமமூர்த்தின்னு ஒரு ஆளைத் தெரியுமா உனக்கு?'

அவள் முகம் சட்டென்று ரத்தமிழந்து வெளிறிப் போனது.

'பி.எஸ். ராமமூர்த்தி.' தன் பையிலிருந்து சீட்டு எடுத்து, 'அட்ரஸ் ஏ.4, தர்ட் ப்ளாக், ஸ்டேஷன் ரோடு..' என்றான்.

'எனக்கு யாரையும் தெரியாது.'

'அவனைத்தானே பார்க்கப்போனே? சொல்லு!'

'உளறாதீங்க!'

'சொல்லு, கட்டின பெண்டாட்டியே, சீதா ஆ, லட்சுமி! சொல்லு? எப்படி உங்கப்பா இந்தப் பேரை - அதுவும் உனக்கு செலக்ட் பண்ணாங்களோ! சொல்லுடி யாரு ராமமூர்த்தி?'

அவள் மௌனமாக இருந்தாள்.

'நீ சொல்லாட்டி நான் சொல்வேன். ஒரு போலீஸ்காரன்கிட்ட எதையும் மறைக்க முடியாது. எம்.ஜி.ரோடில ஹிந்துஸ்தான்

ஸிஸ்டம்ஸ்னு கம்பெனி. அதில சேல்ஸ் எக்ஸிகியூடிவ். மாசச் சம்பளம் பிடிப்புப் போக இரண்டாயிரத்து இருநூறு..'

அவன் பையில் பல காகிதங்கள் இருப்பதைப் பார்த்தாள். மேசை மேல் ரோஜா நிறத்தில் ஒரு ஃபைலே இருந்தது. எழுந்து அதை எடுத்து வந்து மறுபடி உட்கார்ந்தான்.

'நான் உள்ள போறேன். நிறைய வேலை இருக்குது.'

'இரு! போகாதே, என் கேள்விக்குப் பதில் சொல்லிட்டுப் போ.'

'என்ன கேள்வி?'

'யார் இந்த ராமமூர்த்தி.'

'அதான் நீங்களே சொல்றீங்களே!'

'நீ சொல்லு, உனக்கு யாரு?'

'யாரோ! நீங்க யாரைப் பத்திச் சொல்றீங்கன்னே..'

நேராக எழுந்து வந்து புறங்கையால் அவள் கன்னத்தில் அறைந்தான். 'பொய் சொல்லாத! பொய் சொல்ற வேளை ஓஞ்சு போச்சு. எல்லாம் தெரிஞ்சுபோச்சு. இந்த ஃபைல் பூரா உன் சங்கதிதான் நாறுது!'

அவள் கன்னத்தைப் பிடித்துக்கொண்டு, 'எதுக்காக மாட்டடி அடிக்கிறீங்க? வலிக்குது!' என்றாள்.

'சொல்லு இப்ப.'

'ராமமூர்த்திங்கிறது எப்பவோ பார்த்த ஆளு. எங்க ஊர்ல அப்பா அம்மாவுக்கு மூத்தாசைக்கு வருவாரு. பெங்களூர்லதான் அவர் இருக்காருன்னு பேசிக்கிட்டாங்க. ஒரு முறை கல்யாணத்துக்கப்புறம் பார்த்ததில்லை. அவரை நரசி மாமா ஒரு தடவை பஸ் ஸ்டாண்டில..'

'என்ன ஒரு ஜோடனையா பொய் சொல்ற பாரு, ஆச்சரியமா இருக்கு சீதா. சீதா! எனக்கு எல்லாம்.. எல்லாம் தெரிஞ்சு போச்சு. நீ அந்தாளை என்னென்னிக்கு எந்த எந்த இடத்திலே சந்திச்சே, எந்த ஓட்டல்ல தங்கினீங்க, எங்க சாப்ட்டீங்க, எங்க படுத்தீங்க!..'

'சேச்சே! அபாண்டங்க. அப்படி எதும்..'

‘சொல்லித் தொலைடி சண்டாளி!’

‘என்ன சொல்லணும்?’

‘உனக்கும் ராமமூர்த்திக்கும் இருக்கிற உறவுக்குப் பேரு!’

‘பார்க்கலைங்கறனில்லை!’

‘மறுபடி அடிபடணுமா?’

‘அடிங்க, அடிச்சுக் கொன்னுருங்க!’

‘அதைப்பத்தி அப்புறம். முதல்ல பேச்சு. அப்புறம்தான் செயல்!’

அவள் மருண்டு அவனைப் பார்த்து, ‘என்ன செய்யப் போறீங்க?’ என்று கேட்டாள்.

‘சொல்றேன் பைத்தியக்காரப் பெண்ணே! போலீஸ்காரனைக் கல்யாணம் செய்துகிட்டியே! அவனை ஏமாற்ற முடியாதுடி! ஒரு எஸ்.ஐ.க்கு உள்ள பவர் தெரியாது உனக்கு. பீட் கான்ஸ்டபிள்ங்க, பேட்டை ரௌடிங்க, பான் கடைக்காரங்க, கஞ்சா வியாபாரிங்க.. பிற்பட்ட சமூகத்தின் அடிமட்டத்துச் சாக்கடை முழுக்க அத்துப் படி. இந்த ஊர் பூரா எனக்குக் கண்கள்! என்னைப் போய் ஏமாத்தினியே! பைத்தியம். என்கிட்ட பொய் சொல்லித் தப்பிக்க முடியுமா? மேலும் பொய்ங்கறது ரொம்பச் சுலபமா கண்டுபிடிக்கக் கூடிய விஷயம். போலீஸ்ல எத்தனை பொய் வியாபாரிங்களைப் பார்த்திருக்கோம்? எத்தனை பொய் சாட்சியங்களைப் பார்த்திருக் கோம்? கல்யாணமானதிலிருந்து மூணு வருசமா நீ சொன்ன பொய் அத்தனையும் நான் கவனிச்சிருக்கேன். நீ பி.எஸ்.ஸி. பாஸ் பண்ணிட்டதாச் சொன்னியே, அது பொய், ஒரு வருசம் பாக்கி. உங்க அண்ணன் பி.டபிள்யு.டில கெஜட்டட் ஆபீசர்னியே, அது பொய். கிளார்க்கு. உங்கப்பாவுக்குச் சென்னபட்ணால வீடு இருக்குன்னியே, அது பொய். எத்தனை பொய்! உன் அழகைத் தவிர மத்ததெல்லாம் பொய், சீதா ஆ லட்சுமி!..’

அவள் அழ ஆரம்பித்தாள். அவன் கவனிக்காமல் தொடர்ந்தான். ‘உன் முதல் பொய்யை முதல் வாரத்திலேயே கண்டுபிடிச்சேன். அப்பவே கேட்டிருக்கணும். தப்பாயிடுச்சு. அப்ப புதுக் கல்யாண மயக்கத்தில இருந்தேன். சின்னச் சின்னப் பொய்களையெல்லாம் மன்னிக்கிற வேளை. ஆனா, இந்தப் பெரிய பொய்யைக் கண்டு

பிடிக்கறதில கொஞ்சம் கோட்டைவிட்டுட்டேன். முதல்ல நம்பவே இல்லை. இப்படியெல்லாம் இருக்காது. இருக்காது. இந்தப் பித்துக்குளி அப்பப்ப லேசா பொய் சொல்லுமே தவிர இந்தப் பொண்ணு போலீஸ்காரனுக்குத் துரோகம் பண்ணாது பண்ணாதுன்னு நம்பி உண்மையைத் தெரிஞ்சுக்கறதை ஒருவிதத் தில ஒத்திப்போட்டுக்கிட்டே இருந்துட்டேன். கடைசியில..'

அவள் கன்னம் கரைகிற அளவுக்குக் கண்ணீர்ப் பிரவாகமாக அழுதுகொண்டிருந்தாள்.

'ஒரு வாரம் அப்பா அம்மா வீட்டுக்குச் சென்னபட்டணா போறதாச் சொன்ன பாரு..'

'போயிருந்தேங்க! சாமி சாட்சியா!'

'போயிருந்தே! ஆனா ஒரு வாரம் பூரா அங்க இல்ல. மூணு நாளில மாப்பிள்ளைக்கு உடம்பு சரியில்லன்னு சொல்லிட்டுத் திரும்பி வந்துட்டாப்பல.. திரும்பி வந்து, மெஜஸ்டிக் பக்கத்தில சவிதா ஓட்டல்ல, ரூம் நம்பர் எட்லே இருந்தீங்க.'

அவள் சட்டென்று அவன் காலைப் பற்றிக்கொண்டு பாதங்களைக் கண்ணீரால் நனைத்தாள். 'என்னை மன்னிச்சுருங்க. தப்பாய்ட்டுது. பாவம் பண்ணிட்டேன். மன்னிச்சிருங்க. இனிமே அந்தாளைப் பார்க்கறதே இல்லைங்க. ஏதோ ஊர்ல ரெண்டு பேரும் ஒண்ணா இன்ஸ்ட்டிட்யூட் போனப்ப லேசாப் பழக்கங்க. அவன்தான் என்னை வந்து பார்க்க ஆரம்பிச்சான். அப்பவே வெட்டாம, அப்பா, அம்மா, தங்கச்சி பத்தியெல்லாம் சேதி சொல்றானேன்னு அவனைப் போய் ஒரு முறை அந்த ஆபீஸ்ல பார்த்தேங்க. பக்கத் திலே அஜந்தா ஓட்டல்ல டிபன் சாப்ட்டேங்க. அதுக்கப்புறம்..'

அவன் நிதானமாக அவளை எழுந்திருக்க வைத்து, அவள் பின்னலைச் சற்றே இறுக்கி, முகத்தை நிமிர்த்தி, 'பொய் சொல்றதை நிறுத்திருன்னு சொன்னனில்லை? காலம் கடந்து போச்சு. இது தீர்மான வேளை. நீ போன இடங்கள், சுத்தின பார்க்கு, சந்து, சாப்ட்ட ஓட்டல், அவன்கூட ஃபிஸிகலா எத்தனை பழகினே, எல்லா விவரமும் இருக்கிறது. போட்டோ பார்க்கறியா? ரெண்டு பேரும் ஆட்டோக்குள்ள அப்படியே லைலா மஜுனு போல உடம்போடு ஒட்டிக்கிட்டதைப் பார்க்கறியா பத்தினிப் பெண்ணே!'

‘மன்னிச்சிருங்க. மன்னிச்சிருங்க! சத்தியமா இனிமேல் நான் அவனை..’

‘மன்னிப்புக்கு எல்லாம் அர்த்தம் இல்லாமப் போச்சுறி என் மகளே! உன்னை நான் என்ன பண்ணணும்? சொல்லு!’

‘கொன்னுடுங்க! என்னைக் கொன்னு போட்டுருங்க. இனிமே எனக்கு என்ன வாழ்வு!’

‘அப்படி வா வழிக்கு! எப்படிக் கொல்லணும் சொல்லு!’

மேசை அறையைத் திறந்து ஒரு ரிவால்வர், ஒரு கத்தி, ஒரு சீசா மூன்றையும் எடுத்தான். அதை அவள் எதிரில், வட்டமான குள்ள மேசை மேல் வைத்தான்.

‘எப்படி சொல்லு? எப்படிக் கொல்லணும்! ரிவால்வர் குண்டடி பட்டா, அதுவும் நெற்றிப் பொட்டில வச்சா, ஒரு செகண்டு மண்டைக்குள்ள வலிக்கும். அப்புறம் மயக்கம் வந்துரும். கத்தியால குத்தினா ரத்தச் சேதம். முழுமையா வடியற வரைக்கும் ஞாபகம் இருக்கும். அனாவசியமா கார்ப்பெட் கெட்டுப் போயிடும். கழுவறதுக்கும் கஷ்டம். ஃபாலிடால் அதிகமா விஷயத்தை வளர்க்கும். வாந்தியெடுக்கும். சிலபேர் பிழைச்சும் இருக்காங்க. சொல்லு? எப்படிச் சாக விருப்பம்?’

அவள் நடுங்கி நடுங்கி, ‘என்ன வேணா செய்யுங்க, நான் செய்தது தப்புத்தான்னா! கல்யாணத்துக்கு முந்தி இயல்பா நடந்ததுங்க. நீங்க சொல்ற மாதிரி விபரீதம் எதும் நடக்கலைன்னு சொன்னா நீங்க நம்பப் போறதில்லைங்க. அந்தப் பையன்கூடப் பழகின துக்கு இளமை, அறியாமை, ஏதோ ஒரு குருட்டுத் தைரியம், வீட்டில இருந்த சூழ்நிலை இதெல்லாம்தான் காரணம். கல்யாணம்ங்கறது என் சம்மதம் எதுவுமே கேக்காம இந்த மாதிரி மாப்பிள்ளை கிடைப்பாங்களான்னு புயல் வேகத்தில தீர்மானிச்சதுங்க. அப்ப யாராவது என்னைக் கேட்டிருந்தா நிச்சயம் மாட்டேன்னு சொல்லியிருப்பேன். இந்த மனக் கஷ்டம் வந்திருக்காது. உங்ககூடக் கல்யாணம் என் தீர்மானமில்லைங்க. அந்தச் சுதந்தரம் எனக்கு யாரும் தரலை. ராமமூர்த்தி கூட ஓடிப் போயிருக்கலாம். என்னவோ அவருக்கும் தைரியம் வரலை. சம்பாத்தியம் இல்லை அப்ப. அது முக்கியமான காரணம். ரெண்டு பேரும் கோழைங்க. ஆனா கல்யாணம் ஆனப்புறம் அந்த உறவைத் தொடர்ந்தது தப்புத்தாங்க. அது பாவம்னு

சொல்லலை. தப்புங்க. அந்தத் தப்புக்கு இந்த சமூகத்தில மரணம்தான் தண்டனை. தண்டனைக்கு நான் ஒத்துக்கத் தயார். நீங்க சொல்ற மாதிரி மன்னிப்புங்கறது காலம் கடந்து போச்சு. நீங்களே மன்னிச்சேன்னு சொல்லி என்னை இன்னிக்கு ஏத்துக் கிட்டாலும் நாளைக்கு என்ன ஆறது. நாளன்னைக்கு என்ன ஆறது, பத்து வருஷம், இருபது வருஷம் கழிச்சு, எப்படி நாம ரெண்டு பேரும் இந்தச் சங்கடம், இந்த முள்ளு நமக்கிடையில இருக்க, தொடர்ந்து மற்றவங்களுக்காகப் பாசாங்கா வாழ முடியும்? தப்பு பண்ணின கணவனுக்கு மன்னிப்பு உண்டுங்க! மறுவாழ்வும் உண்டு. தப்புப் பண்ணின மனைவிக்கு இல்லைங்க. கொன்னுடுங்க! ஏதாவது காயிதத்தில் 'ஸுஸைடுன்னு' எழுதிக் கையெழுத்துப் போடணும்னாலும் சம்மதங்க எனக்கு..'

கோபிநாத், தன் மனைவி சொல்வதைக் கருணை காட்டாமல் கேட்டுக்கொண்டிருந்தான். அதன் பின் அந்தத் துப்பாக்கியை எடுத்து, சேம்பரில் தோட்டா போட்டு அவளை உட்கார வைத்து, அவள் நெற்றியின் பக்கவாட்டில் பதிய வைத்தான்.

வியர்வை ஆறாகப் பெருகியது. 'தாமதிக்காதீங்க, ப்ளீஸ்! சீக்கிரம்!'

அதன் விசையில் விரல் நுழைத்தான்.

'சீதாலட்சமி! நான் ஒரு போலீஸ் அதிகாரி. என் கீழே இருக்கிற இத்தனை போலீஸ் படையையும் திறமையையும் உபயோகிச்சு பிட்பிட்டா நீ செய்த அத்தனை காரியங்களையும் கவனிச்சு ரிப்போர்ட் வாங்கியிருக்கேன். இப்ப உன்னைச் சுடறேன்னு வெச்சுக்க. நீ தற்கொலைன்னு எழுதினாலும் போலீஸை ஏமாத்த முடியாதுன்னு எனக்கே தெரியும். ஸி.ஐ.டியில் கண்டுபிடிச்சுடு வாங்க. எனக்காகத் தகவல் சேகரித்த அதே ஆசாமிங்க எனக்கு எதிரா சாட்சியம் சொல்லுவாங்க. என்னை அரெஸ்ட் பண்ணி, வேலை போயி, ஜெயிலுக்குப் போயி, உன் வாழ்க்கையும் முடிஞ்சுரும், என் வாழ்க்கையும் முடிஞ்சுரும். எதுக்காக உன் பைத்தியக்காரத்தனத்துக்கு, உன் சபல புத்திக்கு, உன் பாவகாரியத்துக்கு, உன் தப்புக்கு நான் சாகணும்? அதனால..'

அவள், அவன் என்ன செய்யப் போகிறான் என்பது பற்றிய பூர்ணமான குழப்பத்துடன், வாய் திறந்து நெற்றியைச் சுருக்கிக் கொண்டு கை கூப்ப, துப்பாக்கியால் அந்தக் கைகளைப் பிரித்தான்.

‘எழுந்திரு! அந்த ராமமூர்த்தியைக் கூட்டி வரச் சொல்லியிருக்கேன். இப்ப வருவான். அவன்கிட்ட உன்னை ஒப்படைச்சுர்றேன்! நீங்க எக்கேடும் கெட்டுப் போங்க. நீ ஸுஸைடு நோட்டில கையெழுத்துப் போடவேண்டாம். பிரிவுப் பத்திரத்தில போட்டா போதும். தயவு செஞ்சு என்னை விட்டுடும்மா! உன் துரோகத்தினால ராத்திரியெல்லாம் தூக்கம் இழந்து புழுங்க முடியாது. உன்னுடைய காமத்துக்காக நான் எதுக்கு ஜெயிலுக்குப் போகணும்?’

கதவு தட்டப்பட, கோபிநாத்..

‘அவன்தான்! திற!’ என்றான்.

3

இரு கடிதங்கள்

அன்புள்ள சுமதிக்கு,

அம்மா அனேக ஆசீர்வாதங்கள். இப்பவும் உன் பதினெட்டாம் தேதியிட்ட கடிதம் கிடைத்தது. வருஷத்தைத் தப்பாக 1990 என்று போட்டிருக்கிறாய். உனக்கு இன்னும் 1991 பிறக்கவில்லை என்று தோன்றுகிறது. அங்கு நீயும் உன் புருஷனும் குழந்தை சந்தியாவும் சௌக்கியம் என்று நம்புகிறேன். ரமேஷ் உன்னை ஒருமுறை ரெடிமணி ஷாப்பில் பார்த்ததாகச் சொன்னான். ரொம்ப இளைத்து, உடம்பு தளர்ந்து இருந்ததாகச் சொன்னான். உன்னை விசாரிப்பதற்குள் நீ ஆட்டோ பிடித்துப் போய்விட்டதாகச் சொன்னான். உனக்கு ஏதாவது உடம்பு கிடம்பு சரியில்லையா? பழையபடி அந்த ப்ராப்ளம் இருக்கிறதா? விவரமாக டாக்டரிடம் காட்டி மருந்து வாங்கிக் கொள். உன் உடம்பை நீயேதான் பார்த்துக் கொள்ளவேண்டும். வந்து விசாரித்து, அனுசரணையாகப் பேச நமக்கு யாரும் இல்லை. உன் புருஷனைத் தொந்தரவு பண்ணாதே. அவர் காலில் இறக்கை கட்டிக்கொண்டு அலைகிறவர். நான் உங்களுடன் சென்ற ஆகஸ்டில் வந்து தங்கிய போது கவனித்தேன். அவருக்குக் காதின் பக்கத்தில் கருப்பாகப் பெரிய மச்சம் போல இருக்கிறது. டாக்டரிடம் காட்டி, மருந்து வாங்கிக்கொள்ளச் சொல். இதற்கு ஓமியோபதியில்

நல்ல மருந்து இருக்கிறது என்று சொல். எனக்கு இங்கே வாழ்க்கை ஒரே சீராகப் போய்க்கொண்டிருக்கிறது. இருந்தும், அப்பப்போ சில சங்கடங்கள். என்னைக் கும்ப கோணத்துக்கு மாற்றுவதாகப் பேச்சு அடிபடுகிறது. மாற்றலுக்கு நான் சீனியரே இல்லை. இருந்தும் நான் லஞ்சம் கொடுக்கவோ, இ.டி.பீ. ஆபீஸில் போய் ஏதாவது சாந்தி பண்ணவோ தயார் இல்லாததால் என் பெயர் அடிபடுகிறது. ப்ரின்ஸிப்பல், என் எதிர்காலத்துக்கு இந்த ட்ரான்ஸ்பர் நல்லது என்று சொல்கிறாள். அவளுக்கு வேண்டியவளை கெமிஸ்ட்ரி டிப்பார்ட்மெண்டில் எச்.ஓ.டியாகப் போட, என்னை நீக்கி விட்டு புரமோஷன் கொடுக்க இந்தச் சதி. இதையெல்லாம் சில தடவை நினைத்துப் பார்க்கும்போது எதற்காகச் சம்பாதிக்கிறோம், யாருக்காக வாழ்கிறோம் என்று எல்லாமே அர்த்தமில்லாததாக இருக்கிறது. வகுப்பில் பெண்கள் பாதிப்பேர் வருவதில்லை. மீதிப்பேர் சுரிதார் எங்கே கிடைக்கும், லேட்டஸ்டான சினிமாப் பத்திரிகைகள் என்ன என்று பேசும் சூழ்நிலையில், நான் எண்டோதெர்மல், எக்ஸோ தெர்மல் என்று கெமிஸ்ட்ரி ரியாக்ஷன் பற்றி உளறிக் கொண்டிருப்பது எல்லாமே மோசமாக எழுதப்பட்ட டிராமா போலத் தோன்றுகிறது. வாலண்டரி ரிட்டயர்மெண்ட் வாங்கிக்கொள்ள ஒரு வருஷமாவது இருந்தாகணும். இடையில் இந்த ட்ரான்ஸ்ஃபர் பயமுறுத்தல், மெனோபாஸ் ட்ரபிள். கும்பகோணத்தில் எங்கே போய், யாரைப் பார்த்து, என்ன செய்வேன் என்று மலைப்பாக இருக்கிறது. டைரக்டரேட்டில் போய் லஞ்சம் கொடுத்துத் தொலைத்து விடலாம் என்றாலும் யாரிடம் கொடுப்பது, எப்படிக் கொடுப்பது போன்ற விவரங்கள் தெரியாத வெறும் கெமிஸ்ட்ரி மட்டும் தெரிந்த ஜன்மம் நான். சுற்றுப்பட்ட ஜனங்கள் எல்லோருக்கும் என் மேல் அக்கறை இல்லை. என் பணத்தின் மேல்தான் அக்கறை. எல்லோரும் ஏமாற்றுகிறார் கள்; தெரிகிறது. வேறு வழி இல்லை. தேனொழுகப் பேசிக் காரியத்தைச் சாதித்துக் கொண்டு விடுகிறார்கள். லாண்டரிக் காரச் சிறுவன்கூட ஏமாற்றுகிறான்; தெரிகிறது. வேறு வழி யில்லை, சகித்துக்கொள்ள வேண்டியிருக்கிறது. சர்க்கரை வாங்கவோ, கேஸுக்குச் சொல்லவோ எல்லாவற்றுக்கும் இவனே அவனே என்று அண்டை அசலைக் கேட்க வேண்டி யுள்ளதே? ஒவ்வொரு சமயம் எதற்காகப் பிறந்தோம், எதற்காக உயிர் வாழ்கிறோம் என்று விரக்தியாக இருக்கும்

போதெல்லாம் உன்னையும் குழந்தை சந்தியாவையும் நினைத்துக்கொள்வேன். சந்தியாவுக்குத் தவறாமல் வாட்டர் பரிஸ் கொடுக்கவும். அப்போதுதான் இருமல் போகும். வசந்தி பெண் கல்யாணக் கடுதாசி உனக்கு வந்திருக்கும். நீங்கள் இருவரும் வரப்போகிறீர்களா? முக்கியமான உன் பிரச்னையைப் பற்றி இதுவரை நான் எழுதாமல், என்ன இது அம்மா வேறு ஏதோ வளவளவென்று எழுதுகிறாளே என்று உனக்குக் கடுப்பாக இருக்கும். உன் பிரச்னைக்கு என்ன மாதிரித் தீர்வு சொல்ல முடியும் என்று எனக்குத் தெரிய வில்லை. அந்தப் பொம்மனாட்டியை நீ உள்ளே சேர்த்ததே தப்புத்தான். அரசல் புரசலாகக் கேள்விப்பட்டபோதே நீ கட் பண்ணி, கட் அண்ட் ரைட்டாகச் சொல்லியிருக்கவேண்டும். புருஷனிடத்தில், 'என்னதான் கலீகாக இருந்தாலும் ஒரு லிமிட்டுக்கு மேல் போகக் கூடாது. அடிக்கடி அவர்கள் வீட்டுக்குத் தனியாகப் போவது நல்லதில்லை. பிறர் பார்த்தால் என்ன நினைப்பார்கள்?' என்று பளிச்சென்று பல்லில் பட்டாற்போல் சொல்லியிருக்க வேண்டும். இப்பவும் ஒன்றும் குடி முழுகிப் போய்விடவில்லை. இந்தச் சபலங்கள் எல்லாம் வாழ்க்கையில் சாதாரணம்தான். உன் அப்பா இந்த மாதிரித்தான் ஒரு முறை வயலின் கற்றுக்கொள்ள வேண்டும் என்று திடுதிடுப்பென்று ஆரம்பித்து, அதற்கு உண்மையான காரணம் ஒரு பெண் என்று தெரிந்துபோய், ஒரு முறை வயலின் வாத்தியத்தை மிதித்து உடைத்துக் கோபத்தைக் காட்டியதும்தான் அந்தச் சகவாசத்தை நிறுத்தினார். ஆனால், செத்துப் போகும்வரை அந்த மனுஷன் மனசின் அடியில் ரகசியமாக வைத்திருந்தது டைரியைப் படித்ததும்தான் தெரிந்தது. அவளை மைசூர், கோவா என்று அழைத்துச் சென்றிருக்கிறார், பாபாலாலில் வைரத்தில் ஒரு பென்டண்ட் வாங்கிக் கொடுத்திருக்கிறார் என்றும் தெரிந்தது. அந்தப் பொம்மனாட்டி இப்போது கல்யாணம் பண்ணிக்கொண்டு இரண்டு குழந்தை இருக்கிறது. அடையாரில் இருக்கிறார்கள். ஒரு நாள் போய்க் கேட்கத்தான் போகிறேன். உன் பிரச்னையை நீதான் தீர்த்துக்கொள்ளவேண்டும். நான் அடிக்கடி கவனித்திருக்கிறேன். புருஷன், வீட்டுக்கு வந்தவுடன் ஏதாவது கொலு மொலு என்று சண்டை போடுகிறாய், கேள்வி கேட்கிறாய். பளிச்சென்று மூஞ்சி அலம்பிக்கொண்டு, நல்ல புடவை உடுத்திக்கொண்டு, வரவேற்போடு இல்லாமல் அவர் பாட்டுக்கு கிச்சனுக்கு பூட்ஸ் காலுடன் நுழைந்து, காப்பிப்

போட்டுக்கொண்டு மாடிக்குப் போய்விட, உங்களுக்குள் பேச்சுவார்த்தையே இல்லாமல் என்ன குடும்பம் நடத்து கிறாய்? பேச்சுவார்த்தை வளர்ந்தாலும் சண்டை வந்துவிடு கிறது. சந்தியாவுக்கு எப்படி இருக்கும், யோசனை பண்ணிப் பார். உன் மனநிலை எனக்குப் புரிகிறது. உன்னிடம் பேசாமல் மிகுந்த வருத்தமாகத்தான் இருக்கும். இந்த உணர்ச்சியை நானும் அனுபவித்திருக்கிறேன். ஆனால், இந்த நிலைக்குப் பெரும்பாலும் நீயே காரணமாக இருக்கலாம் என்பதை நினைத்துப் பார். குழந்தை சந்தியாவின் நல்லதுக்காக நிறைய விஷயங்களை நீ சகித்துக்கொள்ள வேண்டியிருக்கிறது. எனக்கு ஆச்சரியம் என்னவென்றால் எனக்கு நடந்ததெல் லாம் உனக்கு நடக்கிறது. எனக்கு ஒரே பெண். உனக்கும் ஒரே பெண் சந்தியா. எனக்கும் முப்பத்து மூணு வயசிலதான் அந்த க்ரைஸிஸ் ஏற்பட்டது. யாரோ எல்லார் வாழ்க்கைகளையும் முன்னாலேயே தீர்மானித்துவிட்டார்கள் என்று தோன்று கிறது. உன் பிரச்னைக்கு வழி காணவேண்டிய பலத்தை, மன திடத்தை உனக்கு பகவான் அளிக்கப் பிரார்த்திக்கிறேன். சனிக்கிழமை தோறும் உங்கள் வீட்டுப் பின்பக்கம் இருக்கும் அம்மன் கோயிலில் போய், ராகு கால பூஜை பண்ணு. எலுமிச்சம்பழத்தில், பாதி மூடியில் நல்லெண்ணை விட்டு விளக்கேற்று. பலன் கிடைக்கும் என்று நம்புகிறேன்.

என் விதியும் உன் விதியும் ஒரே பாதையில் செல்வது போல ஒரு மயக்கம், பிரமை ஏற்படுகிறது. அதை நம்ப விரும்ப வில்லை நான். அப்பாவுக்கு ஆனது உன் புருஷனுக்கு ஏற்படக்கூடாது. அப்படி ஆகாமல் இருக்கவே இந்த சனிப்ரீதி. உன் அப்பா என்ன என்று கண்டுபிடிக்க முடியாத வியாதியால் மெல்ல செத்துப் போனார். அந்த துரதிர்ஷ்டம் என்னோடு நின்று போகட்டும்.

எப்போ மனம் சஞ்சலப்பட்டாலும் அபிராமி அந்தாதி சொல்லிக் கொள். தினம் எழுந்து காலையிலேயே குளித்து விடு. இரண்டு மணி, மூன்று மணி என்று பண்ணாதே. குழந்தை எதிரில் சண்டை போடாதீர்கள். ராத்திரி கன்னா பின்னா வீடியோவையெல்லாம் பார்க்காதே.

இப்படிக்கு பிரியமுள்ள
அம்மா.

அன்புள்ள சுமதி,

உன் கடிதம் கிடைத்தது. நான் வேல்யுவேஷனுக்காக மதுரை போயிருந்ததால் இன்றுதான் கடிதத்தைப் பார்த்தேன். பார்த்ததும் அதிர்ச்சி அடைந்தேன். ஒரு மணி நேரம் என்ன செய்வது என்று தெரியாமல் பித்துப் பிடித்தாற் போல் உட்கார்ந்திருந்தேன். கைகால் ஓடவில்லை. உன் போன கடிதத்தில் விஷயம் இவ்வளவு தூரத்துக்குப் போய்விட்டது என்று நீ சொல்லவில்லை. மத்தியானம் சமாதானமானதும் என் கலீக் ரமாராஜின் தம்பி வக்கீலாக இருக்கிறார். அவரைப் போய்ப் பார்த்தேன். அவர் அந்த மாதிரி பண்ணுவது சட்டப் படிக் குற்றம் என்று சொன்னார். கேஸ் போட்டு, அரெஸ்ட் கூட பண்ணிவிடலாம் என்று தைரியம் சொன்னார். வேண்டு மானால் பெடிஷன் தயாரித்துத் தரவும் உதவி செய்வதாகச் சொன்னார். சந்தியாவுக்கு ஸ்கூல் லீவு இருக்கிறதா? இப்போது உன்னால் இங்கு வரமுடியுமா? உன் புருஷன் செய்தது மிக மிக மோசமானது. அதை விவரிக்க வார்த்தை இல்லை. அதுவும் வீட்டுக்கே கூட்டி வந்ததைக் கேட்பதற்கு ரொம்ப விரசமாக இருக்கிறது. வருத்தமாக இருக்கிறது. உன் அப்பா செய்ததை விடப் பத்து மடங்கு மோசமானது இது. வயிற்றில் அந்தக் கோப நெருப்பு சதா எரிவதாக எழுதியிருக்கிறாய். என்ன செய்வது? இந்த தேசத்தில் நாம் பெண்களாகப் பிறந்துவிட்டதின் சாபக்கேடு, தலைகுனிவு. ஆண் பிள்ளையாக இருந்தால் எதை வேண்டுமானாலும் செய்து தப்பித்துக்கொள்ளலாம் என்பது மனு தர்ம சாஸ்திரத்திலிருந்து இருக்கிறது. இரண்டாயிரம் வருஷமாக இருக்கிறது. உன் புருஷனை மறுபடி உன்னிடம் முழுசாகத் திருப்பி வரவழைக்க உன் குழந்தையால்தான் முடியும். அந்தப் பாசம் அவருக்குத் திரும்ப, அந்த தொடைகாலி முண்டையின் மோகம் தீரவேண்டும். அதற்காக மலையாள மாந்திரீகமெல்லாம் செய்து பிரயோசனமில்லை. அதெல்லாம் விபரீதம், ஒன்று கிடக்க ஒன்று ஆகிவிடும். கொஞ்சநாள் பொறுமையாக இருந்து பார். வாரம் ஒரு முறையோ, மாசம் ஒரு முறையோ வரட்டும். போலீஸ் கீலீஸ் எல்லாம் வேண்டாம். அர்த்தமில்லை. அகாலத்தில் வந்து கதவைத் தட்டுவார்கள். உன் புருஷன் இப்படி மோசப்பட்டவர் என்று நீ விவரமாக எழுதியிருந்த விஷயங்கள் பார்த்து மிக

வருத்தமாக இருந்தது. நான் எண்ணவே இல்லை. அந்த அபார்ஷன் விஷயத்தை என்னிடம் இப்போதுதான் சொல் கிறாய். மார்புத் தழும்பைப் பற்றி நான் போன ஆகஸ்டில் வந்தபோது சூட்டுக்காயம் என்று பொய் சொன்னாய். நான் திரும்பத் திரும்பக் கேட்டது ஞாபகமிருக்கலாம். அப்போதே நீ இந்த விஷயத்தைப் பற்றிச் சொல்லியிருக்கவேண்டும். போகிறது, இதைப் பற்றி இப்போது பேசுவதில் அர்த்த மில்லை.

உன் புருஷன் உன்னிடம் நிச்சயம் வந்தே ஆகவேண்டும். பேங்க் புத்தகம் அல்லது செக் புத்தகம், மாற்று பனியன், க்ரெடிட் கார்டு இவற்றையெல்லாம் பத்திரப்படுத்தி வை. திரும்ப வரும்போது சண்டை போடாதே. ஒண்ணுமே நடக்க வில்லை போல இரு. ஆனால் காகிதம் எதிலும் கையெழுத்துப் போடாதே. உன் பேரில் எஃப்டி எவ்வளவு இருக்கிறது தெரிந்துகொள். ஃப்ளாட்டு உன் பேரில் இருப்ப தாகச் சொன்னாய். அந்தப் பத்திரங்களை காத்ரெஜ் அலமாரி யிலிருந்து எடுத்துவைத்துக் கொண்டுவிடு. நகைகள் அத்தனையையும் லாக்கரிலிருந்து எடுத்துவிடு. அந்த தொடைகாலி முண்டையை உன் அனுமதியில்லாமல் கல்யாணம் பண்ணிக்கொள்ள முடியாது. நேரில் பார்ப்பது கொடுமைதான். அதுவும் உன் குழந்தைக்கு எப்படி யிருக்கும்? இருந்தாலும் இந்த உறவு எந்த விதத்திலும் சரியில்லை. அவளும் கல்யாணம் ஆனவள் என்று நீ சொல்வது எனக்கு ஆச்சரியமாக இருக்கிறது. அவ்வளவு வீக் ஆன புருஷர்களும் இருக்கிறார்களே, ரொம்பக் கேடுகால மான உலகம் இது.

வாரம் ஒரு முறைதான் வந்துகொண்டிருந்தால் கவலைப் படாதே. வரும்போது எதையும் கேட்காதே. நன்றாகச் சமைத்துப் போடு. முக்கியமான விஷயத்துக்கு வருகிறேன். அது என்னிடம் நீ கேட்டிருக்கும் கேள்வி. அது என்னை உலுக்கிவிட்டது. எனக்கும் ஏறக்குறைய இதே பிரச்னை வந்தபோது நான் எப்படிச் சமாளித்தேன் என்று கேட்கிறாய். என்ன பதில் சொல்வது? என் வாழ்க்கையும் உன் வாழ்க்கை யும் ஒரே வக்கிர திசையில் போவதில் உள்ள பரிதாபம்தான் மிஞ்சுகிறது. ஒரு கெமிஸ்ட்ரி புரொபஸரைக் கேட்டால் கெமிஸ்ட்ரிதான் சொல்ல முடியும். வாழ்க்கைக்கு வழி

எப்படிச் சொல்வேன்? நான் ஆகஸ்ட் மாதம் வந்திருந்தபோது உங்கள் வீட்டில் கண்டா முண்டா சாமான்கள் போடும் பின் பக்கத்து அறையில் ஒரு பச்சை டப்பாவைப் பார்த்தேன். செடிகளுக்குப் பூச்சி வராமல் இருக்க உன் புருஷன் வாங்கி வைத்திருக்கிறார். உபயோகப்படாமல் முழு டின்னும் இருந்தது. அந்த டப்பாவைத் திறந்து, அதிலிருக்கும் மருந்தில் இரண்டு டீஸ்பூனுக்குச் சற்றுக் குறைவாக சாதத்திலோ அல்லது ரவா கேசரியிலோ கலந்து கொடுத்தால் கசப்புத் தெரியாது. முதல்ல அனீசியா இருக்கும். அப்புறம் தலை வலிக்கிறது என்பார். அப்புறம் சில தினங்கள் கழித்து, நெர்வஸ் ட்ரபிள் வரும். கை உதறும். சுவாச கோசம், கிட்னி இரண்டும் பாதிக்கும். கடைசியில் இரண்டு வாரம் ஸஃபர் பண்ணி கார்டியாக் அரஸ்ட், பைலாட்டரல் நியுமேனியா என்ற காரணங்களால் உன் அப்பா இறந்து போனார்.

பகவான் உன் பிரச்னையை சமாளிக்க மனோபலத்தைக் கொடுக்கப் பிரார்த்திக்கிறேன். தவறாமல் அபிராமி அந்தாதி சொல்லவும்.

இப்படிக்கு உன் பிரியமுள்ள,

அம்மா

(இந்தக் கடிதத்தைப் படித்த மாத்திரத்தில் கிழித்து எரிந்து விடவும் - அம்மா)

4

தாகம்

விஜயகுமார் காமராஜ் விமான நிலையத்தைவிட்டு வெளியே வந்தபோது சென்னை, அவன் முகத்தில் அனல் காற்றை அடித்து வரவேற்றது. கை கடிகாரத்தைப் பார்த்தான். 3.15. ஜுலை 20. சரியாக ஒரு வருஷம் ஆகிறது சென்னைக்கு வந்து. வாஷிங்டனில் வசித்து, உலக நாடுகள் அனைத்தையும் சுற்றினாலும் தமிழ் நாடு, தமிழ்நாடுதான். சென்னை, சென்னைதான். அதற்கென்ற வாசனை, பாஷை, உஷ்ணக் காற்று, சுவரொட்டிகள் எல்லாமே தனி.

அவனை வரவேற்க எட்டு ஐ.ஏ.எஸ். அதிகாரிகள் காத்திருந்தார்கள். பி.டபிள்யு.டி., வாட்டர் போர்டு, 'ட்வாட்' என்று எத்தனை கார்கள்..

இதே ஸ்டேட் பி.டபிள்யு.டியில் கடைநிலை எஞ்சினியராக பணியாற்றி, ஃபைல் துரத்திய அந்தப் பச்சை நாற்காலி, சாந்தோம் சிவப்புக் கட்டடத்தில் இன்னும் இருக்கிறதா என்று பார்த்துவிட வேண்டும். சென்னையிலேயே தொடர்ந்திருந்தால் இந்நேரம் எக்ஸிக்யூட்டிவ் எஞ்சினியராகி, ஆயிரம் 'நாலாவது டைப்' குடியிருப்பு ஒன்றில் பனியனும் லுங்கியுமாக ஃபேன் அடியில் சர்க்குலேஷன் லைப்ரரியிலிருந்து 'ராணி' படித்துக் கொண்டிருந்திருப்பான். இப்போதோ அவனைப் பார்க்க அரசாங்கமே வந்திருக்கிறது.

எட்டு ஐ.ஏ.எஸ். அதிகாரிகளும் அவன் பெட்டியை வாங்கிக் கொள்ள முன்வந்தனர். ஓர் இளம் பெண் அவனுக்கு மலர்க் கொத்து கொடுத்து 'வெல்கம்' என்றாள். போட்டோ எடுத்தார்கள். 'நேரா ஷெரட்டன்ல போய் ரெஸ்ட் எடுத்துக்கலாம். நாளைக்கு காலைல மினிஸ்டரைப் பார்த்துவிட்டு மத்தியானம் சிஎம்ஐப் பார்க்கிறோம். உங்களைச் சந்திக்க ரெண்டுபேரும் ஆர்வமாயிருக்காங்க.' ஈஸ்வரன், சாலமன், தலாமி, மனோகர், சிற்றம்பலம் என்று அவசர அறிமுகங்களில் அவனைச் சந்தோஷப்படுத்தும் ஆர்வம் தெரிந்தது.

'நான் எழுதின கடிதம் கிடைச்சுதா?' என்றான்.

'கிடைச்சுது. தி ஸ்கீம் ஈஸ் எக்ஸலண்ட். இந்த நகரத்துக்கு இதுதான் தேவை. ஆனால் கொஞ்சம் ஆம்பிஷஸ்.'

'நீங்க நேட்டிவ் ஆஃப் மெட்ராஸ்னு கேள்விப்பட்டேன்' என்றார் சீஃப் எஞ்சினியர் சாலமன். 'உங்க டிப்பார்ட்மெண்டில் 'ஏ.இ' யா இருந்திருக்கேன். கே.கே.ஜெயராமன்ட்டு ஒரு 'இ.இ.' கீழ வேலை பார்த்தேன்.'

'இருக்கார். இப்ப 'எஸ்.இ.'யா ஈரோட்டில இருக்கார்.'

'நியூமராலஜில இண்ட்ரஸ்ட் அவருக்கு.'

'தெரியும். நியூமராலஜி சரியில்லைன்னு புரமோஷன் வேண்டான்னவரு.'

விஜயகுமாருடன் முன்சீட்டிலும் பின்சீட்டிலும் தலா ஒரு அதிகாரி ஏறிக்கொள்ள, மற்ற பேர் மற்ற கார்களில் தொடர்ந்து வந்தனர்.

'எப்படி இருக்கு வாட்டர் ப்ராப்ளம்?'

'அக்யூட் ஸார். ரொம்ப மோசம். ஒரு ஆளுக்கு முப்பது லிட்டர் கூடக் கொடுக்க முடியறதில்லை.'

'முப்பது எங்க, இருபது.'

'டபிள்யூ. எச். ஓ. நார்ம் என்ன தெரியுமா? நூத்தம்பது' என்றான் விஜயகுமார்.

'மெட்ராஸுக்கு அதில பாதி கிடைச்சாகூட போதும் ஸார். நாற்பது வருஷமா யாருமே சரியா சால்வ் பண்ணலை ஸார்.'

விஜயகுமார் ஜன்னலுக்கு வெளியே பார்த்தான். பற்பல வண்ணங் களில் பிளாஸ்டிக் குடங்கள். சைக்கிள்களிலும் கைப்பம்புகளின் அருகிலும் குடங்கள். க்யூ வரிசையில் வைத்திருந்தனர்.

'ஒரு குடத்துக்கு எட்டணா. சில வேளை ஒரு ரூபா கூட வாங்கறாங்க.'

'யாரு?'

'தாதாக்கள்.'

'எப்போ வரும்னு சொல்ல முடியாது. ராத்திரி 11.30யிலிருந்து மூணு மணி வரை எப்போ வேணும்னாலும் வரும்.'

விஜயகுமார் இரண்டு பெண்கள் தலைமயிரைப் பற்றிக்கொண்டு சண்டை போடுவதை கவனித்தான்.

'நீங்க வந்துதான் வழி பிறக்கணும் இந்த நகரத்துக்கு.'

'செய்துரலாங்க. என்னதான், யு.என்.வோர்ல்ட் பாங்க் ஆசாமியா இருந்தாலும், ஆதாரமா நான் ஒரு சென்னைத் தமிழன்க. என் பிறந்த நகரத்துக்கு இதைச் செய்யலைன்னா எப்படி? கௌதமாலாவுக்குப் போக வேண்டிய ப்ரபோசலை டைவர்ட் பண்ணியிருக்கேன்.'

ஷெரட்டன் ஓட்டலுக்கு ராட்சச லாரி, நீர் புகட்டிக் கொண்டிருந் தது. கண்ணாடிக் கதவைத் திறந்ததும் வேறு உலகத்தில் நுழைந் தான். இது சென்னை இல்லை. உலகத்தில் உள்ள அத்தனை நகரத் துக்கும் பொதுவான நட்சத்திர ஓட்டலின் லாபி. நுனி உதட்டில் இங்கிலீஷ் பேசும் நுங்கு மார்பு நங்கைகள். மௌனமாக சுவாசிக்கும் லிஃப்ட் கதவுகள். எட்டு ரூபாய் கைக்குட்டையை எண்பது ரூபாய்க்கு விற்கும் ஷாப்பிங் ஆர்கேடு..

நகரத்தின் அவலங்கள் மழுப்பப்பட்டு, ஏ.சி. செய்யப்பட்ட அஸப்டிக். வேறு தேசம்.. பேருக்குப் பேர் மினரல் வாட்டர் சகிதம் வெள்ளைக்காரர்கள் உலவும் பிரதேசம்.

அறைக்குள் நுழைந்து, அவனுடைய பெட்டியை வைத்துவிட்டு, டி.வி.யை சரிபார்த்துவிட்டு, அரைசெகண்டு நின்று ஐந்து ரூபாயைக் கமுக்கமாக வாங்கிக்கொண்டு விலகும் சிப்பந்தி.

'உட்காருங்க, மேக் யுவர்ஸெல்ஃப் கம்ஃபர்ட்டபிள்.'

அந்த அதிகாரிகள் படுக்கை விளிம்பிலும், கிடைத்த நாற்காலி களிலும் உட்கார 'ஒண்ணும் அவசரமில்லை. நாளைக்கே டிஸ்கஷன் தொடங்கலாம். நீங்க ரெஸ்ட் எடுத்துக்கங்க. ராத்திரி டின்னர் இருக்கு.'

'அதுக்கு முன்னாடி சில சந்தேகங்கள் எனக்கு இருக்கு. நீங்க இதுவரைக்கும் என்னென்ன முயற்சி செய்திருக்கீங்க?'

'என்ன பண்ணலைன்னு சொல்லுங்க. மங்கு சனி ஸார் இந்த நகரத்துக்கு. பீச்சில், இந்த கண்ணகி சிலையை எடுத்தாத்தான் இந்த நகரம் உருப்படும். ஊரையே எரிக்கிறவளை சிலையா வெச்சா இப்படித்தான்' என்றார் ஈஸ்வரன்.

'அதெல்லாம் இல்லை. நீங்க முயற்சி செய்ததெல்லாம் ஷார்ட் டெர்ம் ப்ராஜக்ட்ஸ். அதான் ப்ராப்ளம். இந்த நகரத்துக்கு அடுத்த நூற்றாண்டு 2005 வரை எத்தனை தண்ணி தேவைன்னு உங்களுக்குத் தெரியுமா? 500 டிஎம்ஸி.'

'நாங்க அன்றாடங்காச்சிங்க. வருஷத்துக்கு நாலு சென்டிமீட்டர் மழையை வெச்சிக்கிட்டு எப்படி 500 டிஎம்ஸி.?'

'எங்க வேர்ல்டு பாங்குக்குத் தெரியும். உங்க ரிப்போர்ட்டைப் பார்த்தேன். நாற்பது வருஷம் புறக்கணிப்புக்கு இந்த நகரம், இந்த மாநிலமே கொடுக்கிற விலைதான், நான் தெருவிலே பார்த்த ப்ளாஸ்டிக் குடங்களும் அடிதடியும் - நீங்க எல்லோருமே தான் காரணம். இது வரைக்கும் நீங்க செஞ்சதெல்லாம் தீயணைப்பு. தற்காலிகத் திட்டங்களுக்கு ஒரு கோடி மூணு கோடின்னு செலவழிச்சிருக்கீங்க. எல்லாம் மக்கள் பண விரயம்.'

'வீராணம் ஸ்கீமை ரிவைவ் பண்ணியிருக்கோம் ஸார்.'

'வீராணத்தில இருக்கிற ஒரு டிஎம்ஸி. இப்ப குழாய் போட விடுவாங்களாங்கறதே சந்தேகம்' என்றார் சாலமன்.

'ஏன்?'

'தமிழ்நாடு பாலிட்டிக்ஸ் உங்களுக்குப் புரியாது.'

'நீங்க கொடுத்த ரிப்போர்ட்ல ஒரே ஒரு வயபிள் ஸ்கீம் புலிக்காட் லேக். மொத்தம் 178 சதுர மைல். கிழக்குக்கரையில் ஒரிஸ்ஸா சில்காவுக்கு அடுத்தபடி இதுதான் பெரிசு. தூரமும் அதிகமில்லை.

45 கிலோ மீட்டர், 61 டி.எம்.சி. தாங்கும், இப்ப உங்க 'டெலுகு கங்கா' எத்தனை கொண்டு வரும்ங்கறீங்க?'

'பதினைஞ்சுதான் சார்.'

'அதனால் புலிக்காட்டுல மேல் பத்து அடி உப்புத் தண்ணியை ஸைஃபன் பண்ணிட்டு, மேலே மழைத்தண்ணி தேங்க வைக்கிறது நல்ல ஸ்கீம். இதை ஹாங்காங்கில 'ப்ளேவெர்ஸ்கோவ்'ல வெற்றிகரமா செய்திருக்காங்க.'

அவர்கள் அவனது தகவல் அறிவை விரிந்த கண்களுடன் வியக்க, உற்சாகமாகத் தொடர்ந்தான்.

'அதைவிட நாங்க வேர்ல்டு பாங்க்ல ப்ரபோஸ் பண்றது ரெண்டு ஸ்கீம். இஸ்ரேல்ல ஒரு சொட்டு மழைத் தண்ணியக்கூட வேஸ்ட் பண்ணமாட்டாங்க. வீட்டைச் சுத்தி, ஆழமா வெட்டி, கூழாங்கல் போட்டு, மாடில விழுறா மழைத் தண்ணியை தரையடிக்கு சார்ஜ் பண்ணிருவாங்க. அப்புறம் பெட் ரெகுலேட்டர்ஸ் ஆறுகளுக்கு குறுக்க கட்டிடுவாங்க. கோதாவரி, மகாநதி இவற்றை கிருஷ்ணா நதியோட இணைத்து, தென் மண்டல நதி போர்டுன்னு ஒரு ப்ரோபசலுக்கு பணம் கொடுக்க இருக்கோம்.'

'இதுக்கெல்லாம் டயம் ஆகும் இல்லையா?'

'ஆகும். அதுவரைக்கும் கீழ்க்கட்டளை, நெய்வேலி, லாரிகள்.. இப்படிச் சமாளிக்கத்தான் வேணும். நாளைக்கு டிஸ்கஸ் பண்ண லாம். லாங் டெர்முக்கு செலவழிச்சாத்தான் ஷார்ட் டெர்ம் கொடுப் போம். ஏன், மேகத்துல அயோடைடு விதைக்கிறதுக்குகூட கொடுக்கறோம். இந்த சென்னை நகர் தண்ணி தாகத்தை தீர்க்கறது என் பொறுப்பு, கடமை, மனமுவந்த பணி!'

அவர்கள் கைகுலுக்கிவிட்டுச் சென்றதும், ஜன்னலுக்கு வெளியே சென்னையைப் பார்த்தான். 'மெட்ரோ வாட்டர்' என்ற நீண்ட சதுர இரும்புத் தொட்டியில் ஒரு ஆசாமி ஏறக்குறைய படுத்துக் கொண்டு வால்வை அளவாகத் திறந்துவிட்டுக் கொண்டிருந்தான். இலைப் பச்சை, கிளிப்பச்சை, கரும்பச்சை, பஞ்சுமிட்டாய், கரு நீலம், பழுப்பு வண்ணங்களில் ப்ளாஸ்டிக் குடங்கள் முழு நகரத்தின் அசுர தாகத்தின் பிரதிநிதிகளாக வாய் திறந்து காத்திருந்தன.

அறையில் வைத்திருந்த செய்தித்தாள், 'Holding up Traffic with Pots' என்றது.

தென்சென்னைவாசிகள்தான் அதிகப்படியாக அல்லல் படுகிறார்கள். ஷேர்கான் தோட்டம், ரங்கராஜபுரம், அஜீஸ் நகர், பராங்குச நகர், சுப்ரமண்ய நகர், யுனைட்டட் இண்டியா காலனி.. என்று தினசரி ரெண்டு குடம் தண்ணீரில் சமாளிக்கும் ஆயிரக்கணக்கான குடியிருப்புகள் பட்டியல் தந்திருந்தன.

ராத்திரி விஜயகுமாரை வரவேற்க பார்ட்டி இருந்தது. தனியாக அமைக்கப்பட்ட மேஜையில், அதிகாரிகளும் அவர்களது ஸ்லீவ்லெஸ் மனைவிகளும் நாசுக்காக விரல்களால் சாப்பிட்டு, நாசூக்கான உதடுகளில் பேசினார்கள். அங்கேயும் தண்ணீர்தான் பிரதானம்.

'நான் எப்பொழுதும் வாங்கிவிடுகிறேன்.'

'எனக்கு ஜெயலலிதா இருக்கும் அதே லைனில் இருப்பதால் மெட்ரோ வாட்டர் வருகிறது.'

'எங்க வீட்டுல எல்லாமே மினரல் வாட்டர்தான்.'

விஜயகுமாரை சாலமன் அறிமுகப்படுத்தி, 'நம் நகரத்தின் தண்ணீர் கஷ்டத்துக்குக் கடைசியாக உலக வங்கி கணிசமாக உதவி செய்ய முன் வந்ததில் திரு.விஜயகுமாரின் பணி தலையாயது. இவர் சென்னைக்காரர் என்பதில் நமக்கெல்லாம் பெருமை' என்றபோது ஊசிப்பட்டாசுபோல லேசாகக் கைதட்டல் கேட்டது.

விஜயகுமார், 'நான் வந்து சேர்ந்த பிற்பகலிலிருந்தே இந்த நகரின் தண்ணீர் தாகத்தை நேரடியாகக் காணும் வாய்ப்புக் கிடைத்தது. உண்மையிலேயே மிக மிக அல்லல்படுகிறது இந்த நகர். உலகத்தில் நான் போகாத நகரமில்லை. எந்த நகரிலும் இம்மாதிரியான தண்ணீர்க் கஷ்டத்தை நான் பார்த்ததில்லை. இந்த நகரத்தின் துயர்துடைக்க நான் தீர்மானித்துவிட்டேன். சென்னை நகருக்கு அடுத்த வருஷத்துக்குள் கண்ணீர் துடைக்கப்பட்டு தண்ணீர் தரப்படும்.'

பதினோரு மணிக்கு விருந்து முடிந்ததும், அவர்களில் பெரும்பாலோர் சென்றதும், சீஃப் எஞ்சினியர் சாலமன் மட்டும் பாக்கி இருந்தார். தன் மகள் பியானோ வாசிப்பதில் டிப்ளமா வாங்கியிருப்பதாகச் சொல்லி, வாஷிங்டனுக்கு பி.எஸ். படிக்க மனு போட்டிருப்பதாகச் சொன்னார்.

'எந்த வாஷிங்டனைச் சொல்றீங்க? ரெண்டு இருக்கு.'

'நாளைக்கு அவளையே கூட்டி வரேங்க.'

'கொஞ்சம் நடக்கலாம் வாங்க.'

சாலமன் சந்தோஷமாக வந்தார். 'பீச்சுக்குப் போகலாமா?'

'இல்லை. தண்ணிக்காக கஷ்டப்படற சாதாரண சென்னைக் குடிமக்களை சந்திக்கணும். எங்கே போகலாம்?''''

'எங்க வேணா. நகரம் பூரா தண்ணி கஷ்டம்தாங்க.'

ஓட்டலைவிட்டு நேராக நடந்தார்கள். டிராக்டரால் இழுக்கப் பட்டு, ஒரு தண்ணீர்த் தொட்டி ஜலம் தளும்பிக் கொண்டே செல்ல, அதில் வழியும் நீரை ஒரு சிறுமி கையால் ஏந்திக் கொண்டே கூட ஓடினாள். ஆண்களும் பெண்களும் குழந்தை களும் முண்டா பனியன்களும் டப்பாக் கட்டுக்களும் குடங்களும் பக்கெட்டுகளுமாக ஒரு சந்தில் காத்திருந்தார்கள்.

'உங்க பேர் என்னங்க?'

'பார்த்திபங்க.'

'நீங்க?'

'முருகுவேல்.'

'உங்களுக்கு வாட்டர் ஃப்ரியா வருதா?'

'இல்லிங்க. காசு தரணும்.'

'யாருக்கு?'

'அதோ இருக்காங்களே அந்த லோக்கல் 'தாதா'ங்களுக்கு. கட்சிக் காரங்க.'

அவன் காட்டிய திசையில் பல்லால் ரூபாய் நோட்டுகளைக் கடித்துக்கொண்டு பெல்ட் பாக்கெட்டிலிருந்து சில்லரை எடுத்துக் கொடுத்துக் கொண்டிருந்தான் புஜத்தில் தாயத்துக் கட்டியிருந் தவன். விஜயகுமார் அவனருகில் சென்று, 'உங்க பேரு?' என்றான் சிநேகமாக.

'சுப்ரமணி.'

'எத்தினிங்க தண்ணி விலை?'

‘பய்ட்டுக்கு ஒரு ரூவா.’

‘கடலூர், தஞ்சாவூர், திருநெல்வேலி எல்லா இடத்திலிருந்தும் லாரிங்க வந்திருக்குதுங்க’ என்றார் சாலமன்.

‘இப்ப மெட்ராஸ்ல பணம் பண்ணணும்னா தண்ணி லாரி, தண்ணி விநியோகம்தாங்க. ஒவ்வொருத்தன் ஒரு நாளைக்கு ஆயிரம் ரூபாய்கூட செய்யறான்னா பார்த்துக்கங்களேன்.’

விஜயகுமார் அந்த வரிசையில் நின்றிருந்தவர்களைப் பார்த்துப் பேசினான். ‘பாருங்க நான் சென்னைக்காரன்ங்க. அமெரிக்காவில் வாஷிங்டன்ல உலக வங்கில வேலை செய்யறேன். எங்க சென்னை மக்களுடைய தண்ணிக் கஷ்டத்தை இன்னும் ஒரு வருஷத்தில் தீர்க்கறதுக்கு பிரம்மாண்டமான திட்டம் ஒண்ணு கொண்டு வந்திருக்கோம். நாளைக்கு அரசாங்கத்தோட பேச்சு வார்த்தை நடத்தறோம். இனிமே நீங்க இந்த மாதிரி நடுராத்திரில காசு கொடுத்து தண்ணி வாங்க வேண்டாம். உங்க அல்லல் முடிஞ்சு போச்சு. நாங்க கொண்டு வர திட்டப்படி..’ சலசலவென்று பின்னால் சப்தம் கேட்க, திரும்பினான். கைதட்டல் என்று நினைத் தான். கைதட்டல் இல்லை அது. ஓடி வருகிறார்கள். கலகம் என்ன நடக்கிறது என்று மூளை பாகுபடுத்துவதற்கு முன் அவன் வலுவாக இழுக்கப்பட்டு அருகாமை மூத்திரச்சந்தில் செலுத்தப்பட்டான். இரண்டு, நான்கு, எட்டு என்று கைகள் இருட்டில் ‘மொத் மொத்’ என்று அவன் மேல் வெடித்தன. அவனுக்குக் கண்கள் இருள, ‘எதுக்காக, எதுக்காக அடிக்கிறீங்க?’ என்றான்.

‘ஓத்தா.. நம்ம பொயப்ப கெடுத்துருவான் போலருக்கு. உலக வங்கியாம்.. தண்ணி கொடுக்கறானாம். ஏதோ ரெண்டு காசு சம்பாதிக்கறவனையும் பொயப்ப கெடுத்துருவான் வாத்தியாரே, போடு மண்டைல.’

அவன் மண்டையில் தண்ணீர் திறக்கும் ஸ்பானர் வெடிக்க, கண்களில் ரத்தம் வடிய மயக்கம் வருமுன் சாலமன், ‘அடப்பாவிங் களா! இவரு ரொம்பப் பெரிய நிபுணர். மெட்ராஸ் தண்ணி பஞ்சத்தைத் தீர்க்க வந்தவர்’ என்று அலறினார். விஜயகுமாரின் பக்கம் குனிந்து ‘விஜயகுமார், விஜயகுமார்’ என்று கன்னத்தில் தட்ட, விஜயகுமார் ஒரு முறை கண் திறந்து, ‘தாகம்’ என்றான்.

5

மஹாபலி

மகிஷாசுரமர்த்தினி குகைக்கு முன்னால், பெங்காலிகள் 'ஆஷோன்.. ஆஷோன்..' என்று ஆரவாரத்துடன் போட்டோ பிடித்துக் கொள்ள.. சென்னை 103-ஐச் சேர்ந்த 'அன்னை இந்திரா மகளிர் உயர்நிலைப் பள்ளி'யின் ஆசிரியைகள் டீசல் வேனிலிருந்து ஆரவாரத்துடன் உதிர்ந்து, மஹாபலிபுரத்தின் சரித்திர முக்கியத்தை விளக்கும் வகையில், 'இங்கதாண்டி சிலை எடுத்தான் ஒரு சின்னப் பெண்ணுக்கு ஷூட்டிங் எடுத்தாங்க' என்று வியக்க, கற்சிற்பிகளின் உளிச்சத்தம் எதிரொலிக்க, பிள்ளையார்களும் கொள்ளை முலைச் சுந்தரிகளும் சிலை வடிவில் டூரிஸ்டுகளுக்குக் காத்திருந்தார்கள். 'கல்லுரல் சீப்பா கிடைக்கும்னு யாரோ சொன்னாங்களே?'

இவற்றையெல்லாம் கவனிக்காமல் ஊடே நடந்த அந்த இளைஞன், கரைக் கோயிலின் அருகில் வந்து கடற்கரைப் பக்கம் சென்றான். ஆயிரத்து இருநூறு வருஷம் கடலின் சீற்றத்தையும் உப்புக் காற்றையும் தாங்கி வந்திருக்கும் அற்புதத்தைச் சற்று நேரம் பார்த்தான்.

'கேமரா வேணுங்களா? நிக்கான், ஜப்பான்.. அப்புறம் ரேபான் கண்ணாடி, எலெக்ட்ரிக் ஷேவர்?'

அவன் மௌனமாக இருக்க, 'செருப்பு வேணுங்களா? ஜோடி, இருபது ரூபாதாங்க. கோலாபூரி..'

'...'

'எத்தனைதான் தருவீங்க?'

'...'

'பேசமாட்டீங்களா..?'

அவனுக்குப் பள்ளிச் சிறுவன் போல அறியாத முகம். கருநீலத்தில் தொள தொள சட்டை, அவன் சிவந்த நிறத்தை அடிக்கோடிட்டுக் காட்டியது. முதுகில் பட்டைவார் இறுக்கி பை வைத்திருந்தான். அவன் ஒரு வேளை வடக்கத்திக்காரனாக இருப்பானோ என்று 'சேட், பந்த்ரா ரூபாய் மே லேலோ போனி!' என்றான் செருப்பு விற்ற சிறுவன்.

அவனை உணர்ச்சியில்லாமல் பார்த்துவிட்டு, கடலலைகளின் கோபத்தை மழுப்ப அமைக்கப்பட்ட கருங்கல் தடைகளில் ஒன்றில் உட்கார்ந்திருந்தவரை அணுகினான்.

'எக்ஸ்கியூஸ்மி.'

அவர் திரும்ப, 'புரொபசர் சந்திரகுமார்?'

'யெஸ்.'

'என் பெயர் அஜய். நான்தான் உங்களுக்குக் கடிதம் எழுதியிருந்தேன். செக்ரட்டரிக்கு விளம்பரம் தொடுத்திருந்தீர்கள்.'

'ஓ! நீதானா அது? 'யங்'காக இருக்கிறாயே!'

'எனக்கு இருபத்தைந்து வயது!'

'எனக்கு ஏறக்குறைய எழுபது' என்றார். 'கண்தான் சரியாகத் தெரியவில்லை. ராத்திரி கார் ஓட்ட முடியவில்லை. பொய்ப் பற்கள், ஒரு முறை 'பைபாஸ்' ஆகிவிட்டது. கடன் வாங்கின ஆயுள்!'

'மாடர்ன் மெடிக்கல் சயின்ஸ்' என்றான்.

கரைக் கோயிலின் கோபுரத்தைச் சிரத்தையாக அமிலம் வைத்துச் சுத்தம் பண்ணிக்கொண்டிருந்தார்கள்.

'ஒரு வருஷமாவது இருப்பதாக வாக்களித்தால்தான் உனக்கு வேலை. சான்றிதழ்களை அப்புறம் பார்க்கிறேன். என் புத்தகத்தை முடித்தே ஆகவேண்டும். பிரசுரகர்தாக்கள் கெடு..'

'என்ன புத்தகம்?'

புல் போர்வையையும் கம்பி கேட்டையும் கடந்து சாலை நோக்கி நடந்தார்கள்.

'பல்லவர் காலச் சிற்பக்கலை பற்றி ஒரு அந்தரங்கப் பார்வை.' பஸ் நிறைய மாணவர்கள் இறங்கி, விநோதமான 'போஸ்'களில் படம் பிடித்துக்கொண்டு, 'என்ன மச்சி, கலர்ஸ் எல்லாம் ஒரு பக்கமா ஒதுங்கிருச்சு!' என்றார்கள்.

'இவர்களுக்கா பல்லவச் சிற்பக்கலை பற்றிச் சொல்லப் போகிறீர்கள்?'

'ஏன்?'

'பெரிப்ளூஸ் கிரேக்க யாத்திரை புத்தகத்திலும், ஹ்யுவான் சுவாங்கிலும் குறிப்பிடப்பட்டிருக்கும் இந்த இடத்துக்கு அசைவ உணவகத்தில் புரோட்டா தின்று, பிக்னிக் பெண்களைத் துரத்த வந்திருக்கும் இந்தத் தலைமுறை கலாசாரமற்றது.'

'நீயும் இந்தத் தலைமுறைதானே?'

'ஆம். ஆனால், வேறு ஜாதி.'

அவர் அவனை நிமிர்ந்துபார்த்து, 'பெரிப்ளூஸ் பற்றி உனக்குத் தெரியுமா?'

'கி.பி.முதலாம் நூற்றாண்டிலிருந்து இருக்கும் இந்தத் துறை முகம் என்பதும், பல்லவக் கட்டடக்கலை பற்றியும் தெரியும்.'

அவர் அவனைச் சிநேகப் பாவத்துடன் பார்த்து, 'ஐ லைக் யூ' என்றார்.

'எப்போது வேலைக்கு வரலாம்!'

'இப்போதே. என்னுடன் வா. உன் பைகள் எல்லாம் எங்கே?'

'எல்லாம் என் முதுகுக்குப் பின்னால்.'

'இவ்வளவுதானா?'

'இதில்கூடப் புத்தகங்கள்தான் அதிகம்.'

'செஸ் ஆடுவாயா?'

‘சுமாராக.’

‘சுமாராக ஆடி என்னிடம் தோற்பவர்கள்தான் எனக்கு வேண்டும். பேசப் பேச உன்னைப் பிடித்திருக்கிறது. லூயிஸ் தாமஸூம் படிப்பேன் என்று சொல்லாதே.’

‘மெடுஸா அண்ட் தி ஸ்னெய்ல்.’

‘கிரேட் யங்மேன். உன்னை எனக்கு நிச்சயம் பிடித்துவிடப் போகிறது. என் பெண் வினிதா சம்மதித்தால் கல்யாணம் செய்து கொடுத்துவிடுவேன்.’

இருவரும் வெளியே சாலைக்கு வர, அவர் காரருகில் சென்று, ‘மாருதி ஓட்டுவாயா?’ என்றார்.

‘நான் ஓட்டாத வாகனமே இல்லை!’ என்று சிரித்தான்.

‘சிகரெட் பிடிப்பாயா?’

‘இல்லை.’

‘கல்யாணம் ஆகிவிட்டதா?’

‘இல்லை.’

‘பர்ஃபெக்ட்! சம்பளம் எத்தனை வேண்டும்?’

‘உங்கள் இஷ்டம்.’

மாருதி காரைத் திறந்து முதுகுச் சுமையைப் பின் இருக்கைக்குத் தள்ளிவிட்டு, முன்னால் ஏறிக்கொண்டான்.

‘ஓட்டுகிறாயா?’

‘இல்லை, இந்தப் பிரதேசமே எனக்குப் புதுசு.’

‘எந்த ஊர் நீ?’

‘எதும் என் ஊர் இல்லை.’

கடற்கரையோரம் சென்றபோது மௌனமாக வந்தான் அருச்சுனன் தவத்தைக் கடந்து, கல்பாக்கம் சாலையைத் தவிர்த்து, ஊருக்கு வெளியே சென்று, நீல, மஞ்சள் நைலான் வலைகளையும், மீன் நாற்றத்தையும் கடந்து, கடலோர வீட்டு வாசலில் சென்றபோது, வெள்ளைச்சட்டை நாய் வந்து வாலை ஆட்டியது.

‘அமைதியான இடம். இவன் பெயர் ஸ்னோ! இங்கேயே இருப்பதில் உனக்குத் தயக்கம் ஏதும் உண்டா?’

‘இல்லை.’

‘அலைஓசை பழகிவிடும். மாடியில் என் மகனின் அறை இருக் கிறது. எடுத்துக்கொள். மகன் அமெரிக்காவில் இருக்கிறான். டெக் நிறுவனத்தில். மகள் சென்னையில் படிக்கிறாள். விடுமுறைக்கு வருவாள்.’

‘அப்படியா?’ உள்ளே வந்து சித்திரங்களைப் பார்த்தான்.

‘யாருக்கு ஷகால் பிடிக்கும்?’

‘எனக்கு. உனக்கு?’

‘கன்டின்ஸ்கி.’

‘ஏதோ ஒரு விதி என்னிடம் கொண்டு சேர்த்திருக்கிறது உன்னை. நான் இதுவரை தேடிய ஆதர்ச இந்திய இளைஞன் கிடைத்து விட்டது போலத் தோன்றுகிறது.’

அவன் புன்னகைத்தான். ‘மிகைப்படுத்துகிறீர்கள்.’

‘நீ எதுவரைப் படித்திருக்கிறாய்?’

‘கல்லூரிக்கு முழுவதும் போகவில்லை. படிப்புத் தடைப்பட்டு விட்டது. முதலில் பி.ஏ.ஹிஸ்டரி படித்தேன்.’

‘எங்கே படித்தாய்?’

‘லண்டனில்’

‘விட்டுவிட்டாயா?’

‘ஆம். பெற்றோரை ஒரு விபத்தில் இழந்தபின்.’

அவன் பையிலிருந்து சாமான்களை எடுத்து வைத்தான். பெரும்பாலும் புத்தகங்கள். 101 கவிதைகள், கையால் வாட்ஸன் கட்டுரைகள், ஒரு ரயில்வே அட்டவணை, சதுரங்கம் பற்றிய பாபிஃபிஷரின் புத்தகம், ‘தி டவ் ஆஃப் பவர்’, மெக்கியா வல்லியின் ‘பிரின்ஸ்’, மோதியின் ‘ஜூரிஸ் புடன்ஸ்..’

‘உன்னை வகைப்படுத்த முடியவில்லை.’

மறுபடி புன்னகைத்தான், பதில் சொல்ல விரும்பாத போதெல்லாம் மையமாகப் புன்னகைப்பான் என்பது புரிந்தது.

'எப்போது ஆரம்பிக்கலாம்?'

'இப்போதே!'

முதல் மாதத்தில் அவன் முழுத் திறமையும் படிப்படியாகப் புரிந்தது.

அஜய் ஆறு மணிக்கு எழுந்து காபி போட்டுக் கொடுப்பான். சந்திரகுமாருக்குத் தேவையான ஐஸ் டீ, லெமன் கார்டியல் தேன் கலந்து கொடுப்பான். இரவு அவர் எழுதி வைத்திருந்ததை யெல்லாம் மிகச் சுத்தமாகப் பிழையே இன்றி எலெக்ட்ரிக் டைப்ரைட்டரில் அடித்துக் கொடுத்துவிடுவான். ஒன்றிரண்டு திருத்தங்கள்தான் இருக்கும். புத்தகத்தின் உள்ளடக்கம் பற்றிப் பேசவே மாட்டான். மாலை செஸ் ஆடினார்கள். ஒருநாள் அவன் தோற்பான். ஒரு நாள் இவர். சில நாள் ட்ரா!

ராத்திரி அவருக்குக் கண்பார்வை மங்கியதால் படித்துக் காட்டினான்.

'ஒருநாள் மாறுதலுக்காக ஏதாவது உன் புத்தகத்திலிருந்து படித்துக் காட்டேன்' என்றார்.

'என் புத்தகங்கள் உங்களுக்குப் பிடிக்காது.'

'நான் தற்போது எழுதும் புத்தகத்தைப் பற்றி என்ன நினைக்கிறாய்?'

'இது நம் நாட்டுக்குத் தேவையற்றது.'

'எப்படிச் சொல்கிறாய்?' என்றார், கோபப்படாமல்.

'மகேந்திரன் காட்டிய தூணுக்கும் ராஜசிம்மன் கட்டிய தூணுக்கும் வித்தியாசங்கள் பற்றி ஒரு அத்தியாயமே விளக்கும் புத்தகத்தால் இன்றைய இந்தியாவுக்கு என்ன பயன்?'

'நம் கலாசார மரபு தெரியவேண்டாமா?'

'தெரிந்து?'

'நம் இந்தியாவை ஒன்றுசேர்த்த இந்த மரபு இப்போது தேவையில்லை என்கிறாயா?'

'இந்தியா ஒன்றல்ல! இந்த மஹாபலிபுரம் பல்லவ ராஜ்யமாக இருந்தது. அவன் விரோதி புலிகேசி சாளுக்கிய ராஜ்யம். அது போல் சோழமண்டலம், வேங்கி.. இந்தியாவாக இல்லை. இந்தியா பிரிட்டிஷ்காரன் அமைத்தது.'

'எங்கள் தலைமுறை அப்படி நினைக்கவில்லை. நாங்கள் சுதந்தர வேட்கைப்பட்டு, தியாகங்கள் செய்தோம்..'

'காரணம், உங்களையெல்லாம் ஒருமைப்படுத்த ஒரு பொது எதிரி இருந்தான். இப்போது நம் எதிரி நாமேதான்.'

'இருந்தும் இந்த நாட்டை ஒன்று சேர்ப்பது கலாசாரம்.'

'இல்லை. ஏழ்மை!'

'உனக்குச் சிற்பங்கள் பிடிக்காதோ?'

'கரைக்கோயிலின் ஆர்க்கிடெக்சர் எனக்குப் பிடிக்கிறது. எனக்கு அதன் அழகை நிலவொளியில் பார்க்கப் பிடிக்கும். அதை அமைத்த பெயரில்லாத சிற்பிதான் என் ஹீரோ. மகேந்திரவர்மன் அல்ல.'

'மனம் மாறுவாய்' என்றார் சந்திரகுமார் புன்னகையுடன்.

நியூஜெர்ஸிக்கு போன் பண்ணி 'ராமு, எனக்கு செக்ரட்டரியாக ஒரு இளைஞன், ஏதோ பூர்வஜென்ம பாக்கியத்தால் சேர்ந்திருக்கிறான்' என்று கால்மணி நேரம் அவனையே புகழ்ந்து பேசி, 'அம்மாவை அனுப்பாதே. நன்றாகப் பார்த்துக் கொள்கிறான். ஐஸ் டீகூடப் போட்டுத் தருகிறான்' என்று அவன் முன்னாலேயே போன் பேசியது, அவன் முகத்தில் எந்தச் சலனத்தையும் ஏற்படுத்தவில்லை.

வினிதா தசராவுக்கு வந்திருந்தபோது, அவனை அறிமுகப்படுத்தினார். 'வினித், திஸ் இஸ் அஜய். வினிதா என் பெண்.'

'ஹாய், யு லைக் மியூஸிக்?'

'பிடிக்கும்.'

'ஃபில் காலின்ஸ்?' என்றாள், எதிர்ப்பார்ப்புடன்.

'மோட்ஸார்ட்' என்றான்.

'யக்...' என்றாள் அருவருப்புடன்.

'புக்ஸ்? ஜெஃப்ரி ஆர்ச்சர்.'

'ஃபிக்ஷன் ரெண்டாம் பட்சம், ஐ ரீட் போயம்ஸ்.'

'போயம்ஸ்! மைகாட்.'

'தேர் கோஸ் மை மேரேஜ் அலையன்ஸ்..' என்றார் சந்திரகுமார்.

'எங்கிருந்து அப்பா இந்தப் பிராணியைப் பிடிச்சுட்டு வந்தீங்க? ஹி இஸ் நாட் நார்மல்' என்றாள் வினிதா.

இருவருக்கும் ஒரே ஒரு பொது அம்சம் - மே மாதத்தில் பிறந்தவர்கள் இருவரும். அவளுடன் விகற்பமில்லாமல் பழகினான். அவளைக் கவிதைகள் படிக்க வைத்தான். மோட்ஸார்ட்டின் வாழ்க்கை வரலாற்றை வீடியோ பார்க்க வைத்தான்.

ஒருநாள் மாலை 'ரொம்ப போர் அடிக்கிறது' என்று கட்டாயப் படுத்தி அவனை ஊருக்குள் அழைத்துச் சென்றாள். 'கடற்கரைப் பக்கம் வாக்மன் போட்டுக்கொண்டு நடக்கப் போகிறேன். நீயும் வருகிறாயா? நீ பாட்டுக்குக் கவிதை படித்துக் கொண்டு இரு.'

கட்டாயத்தின் பேரில்தான் சென்றான். திரும்பி வந்ததும், 'இரவு எனக்கு நீலவொளியில் கரைக் கோயிலைப் பார்க்கவேண்டும்' என்றாள்.

'அழைத்துச் செல்கிறேன் வா!'

அவர்கள் சென்றதும் கொஞ்ச நேரம் சும்மாயிருந்தார். இருவரும் இப்போது நெருக்கமாகப் பழகுவது திருப்தியாக இருந்தது. 'அவனைப் பற்றி, குடும்பத்தைப் பற்றி விசாரிக்கவேண்டும். இவனைப் போல் மாப்பிள்ளை கிடைப்பது மிக அரிது.'

இருவரும் போனதும் வீடு வெறிச்சென்று இருந்தது. மேஜையில் அவன் அவளுக்குப் படித்துக் காட்டிக்கொண்டிருந்த புத்தகத்தை எடுத்தார். காது மடங்கியிருந்த பக்கத்தில் திறந்தது.

'How did you die...?'

கவிதையின் தலைப்பே சற்று அதிர்ச்சி தந்தது.

'Death comes with a crawl,
or comes with a pounce

And whether he is slow or spry
It is not the fact that
you are dead that counts
But only, how did you die...?'

வாசலில் ஜீப்பிலிருந்து ஒருவர் மெள்ள இறங்கி வந்து, சுற்றிலும் சவுக்குத் தோட்டத்தைப் பார்த்துக்கொண்டே அணுகினார்.

'புரொபசர் சந்திரகுமார்?'

'யெஸ்.'

'ஐ'ம் ஃப்ரம் தி போலீஸ் ஸ்பெஷல் பிராஞ்ச்..' என்று அடையாள அட்டையைக் காட்டி, 'இந்த போட்டோவில் உள்ளவனை நீங்கள் எப்போதாவது பார்த்திருக்கிறீர்களா?' என்று கேட்டார்.

கண்ணாடி போட்டுக்கொண்டு வெளிச்சத்தில் பார்த்தார். மீசை இல்லை, கிராப்பு வெட்டப்பட்டுச் சுருக்கமாக இருந்தது. இருந்தும் திட்ட வட்டமாகச் சொல்ல முடிந்தது.

'இவன் பெயர் அஜய், என் செக்ரட்டரி.'

'இவன் உண்மையான பெயர் அஜய் இல்லை. அவன் இங்கே இருக்கிறானா?' என்றார் பரபரப்புடன்.

'என் மகளுடன் கடற்கரைக்குப் போயிருக்கிறான். இப்போது வந்துவிடுவான். ஏதோ அடையாளக் குழப்பம் போலிருக்கிறது.'

வந்தவர் மிக வேகமாகச் செயல்பட்டார். ரேடியோவில் 'சார்லி, திஸ் இஸ் தி ப்ளேஸ். வி காட் ஹிம்!'

'விவரமாகச் சொல்லுங்களேன்!'

'இவன் யார் தெரியுமா? மை காட்! எங்கே கடற்கரைக்கா?'

'இன்ஸ்பெக்டர், இதில் ஏதோ தப்பு நிகழ்ந்திருக்கிறது. இந்தப் பையன் என்னுடன் இருக்கும் செக்ரட்டரி. ரொம்ப நல்ல பையன்.'

'புரொபசர், இவன் யார் தெரியுமா? எல்லா போலீஸ்களாலும் தேடப்படும் மிகப் பெரிய தீவிரவாதி. மொத்தம் பதினெட்டுக் கொலை இவன் கணக்கில் உள்ளது.'

அவருக்குச் சிரிப்பு வந்தது. 'இப்படிக்கூட அபத்தமாக போலீஸ் அதிகாரிகள் இருப்பார்களோ?'

'சம்திங் பாஸிட்டிவ்லி ராங். ஆள் மாறாட்டம். போட்டோ தப்பு' என்றார்.

'அவன் இங்கேதான் தங்கியிருக்கிறானா?'

'ஆம்.'

'எந்த அறையில்?'

'மாடியில், என் மகன் அறையில்.'

'மகன் இருக்கிறாரா?'

'அமெரிக்காவில் இருக்கிறான்.'

'என்னுடன் வாருங்கள்,' சரசரவென்று மாடிப்படி ஏறினவரைத் தயக்கத்துடன் பின்தொடர்ந்து, அஜய் தங்கியிருந்த அறைக்குள் முதன்முதலாக நுழைந்தார். 'என் செக்ரட்டரியைப் பற்றி உங்களுக்குத் தெரியாது. மணியான பையன். மிகுந்த புத்திசாலி. அழகுணர்ச்சி உள்ளவன். படித்தவன். சிந்திப்பவன்.'

அதிகாரி அதைப் பற்றியெல்லாம் சிந்திக்காமல் இரைதேடும் சிங்கம்போல அறைக்குள் அலைந்தார். ஒழுங்கான அறை. சுவரில் கலையம்சத்துடன் நவீன சித்திரம் மாட்டியிருந்தது. அலமாரிப் புத்தகங்களை ஒழுங்காக அடுக்கி வைத்திருந்தான். மேஜைமேல் காகிதங்கள் அடுக்காக. ஜன்னல் மலர் ஜாடியில் ரோஜா.

அதிகாரி ஒழுங்கைப் பற்றிக் கவனமின்றி, அவன் மேஜை இழுப்பறைகளைச் 'சரக்...சரக்' என்று திறந்தார். மலர்ஜாடிகள் உருண்டன. காகிதங்கள் பறந்தன. பூட்டுகள் உடைந்தன.

'புரொபசர், இங்கே வந்து பார்க்கிறீர்களா? உம் நம்பிக்கைக்குரிய காரியதரிசியின் சொத்துகளை!'

சந்திரகுமார் அருகே சென்றார்.

'இது உங்களுடையதல்லவே?'

மேஜையின் மேல்மட்ட இழுப்பறையில் துப்பாக்கி வைத்திருந் தது. கீழ் அறையில் ஒரு காலாஷ் நிக்காஃப் ரைஃபிளின்

பாகங்களும், மாகஸின்களும் இருந்தன. ஒரு ரேடியோ டிரான்ஸ் மீட்டர் இருந்தது.

'ஐ காண்ட் பிலீவ் இட். திஸ் இஸ் இம்பாஸிபிள்.'

'இவன் பெயர் அஜய் அல்ல. இவன் பெயர் டோனு. கொஞ்சம் நேரம் அமைதியாக இருங்கள். நாங்கள் பார்த்துக்கொள்கிறோம். உங்கள் மகளுடன் எங்கே போயிருக்கிறான்?'

'கடற்கரைக்கு என்று சொன்னானே!'

'பதட்டப்படாதீர்கள். அவனுக்கு நாங்கள் இங்கு வந்து தேடுவது தெரியாது. அவனும் உங்கள் மகளும் திரும்பும் வரை பதுங்கி யிருக்கலாம்.'

ஜீப்பைப் போகச் சொல்லி ஆணை கொடுத்தார். தபதபவென்று பத்து போலீஸ்காரர்கள் வீட்டுக்குள் நுழைந்து வாசல் கதவைச் சாத்திக்கொண்டார்கள்.

'வெயிட். யு காண்ட் டு திஸ். அவன் வேறு யாரையோ..'

'ஷட் அப் ஓல்ட்மேன். கீப் கொய்ட்! ஒரு பயங்கரவாதிக்கு - தீவிரவாதிக்குப் புகலிடம் அளித்திருக்கிறீர்கள். வாயை மூடிக் கொண்டு, நடப்பதைக் கவனிப்பது உசிதம்!'

'என்ன செய்யப் போகிறீர்கள்? காட்! என் மகள் - என் மகள் - அவனுடன் இருக்கிறாள்!'

'அவளைக் காப்பாற்ற முயற்சிக்கிறோம்.'

'வாட் யு மீன்..' என்று அவர்பால் நகர்ந்தவரை, ஒரு கான்ஸ்டபிள் 'ஏய், தாத்தா, கம்முனு அப்படிப் போய் உக்காரு. இல்லை அடிபடும்' என்றார்.

அவர் உடல் நடுங்க ஆரம்பித்தது. அலமாரியிலிருக்கும் ஸார் பிட்டால் தேவைப்பட்டது. நாக்கு உலர்ந்தது. 'என்னவோ ஒரு பெரிய தப்பு நேர்ந்திருக்கிறது. ஆள் மாறாட்டத் தப்பு. இவன் இல்லை. இவன் இல்லை. தடுக்கவேண்டும்...'

'வர்றாங்க. எல்லாரும் தயாரா இருங்க. அநாவசியமா சுட வேண்டாம். நான் சொல்லும்போது சுட்டா போதும்!'

சந்திரகுமார் அப்போதுதான் அவர்கள் ஒவ்வொருவர் கையிலும் துப்பாக்கியைப் பார்த்தார். ஜன்னல் வழியே வினிதாவுடன் அஜய் மெதுவாகப் பேசிக்கொண்டே வந்தான். அவர்கள் கைகோத்துக்கொண்டிருந்தார்கள். அவ்வப்போது அவன் தோளில் தட்டி ஆரவாரமாகச் சிரித்தாள்.

'ரெடி!'

ஒரு கணம் உலகமே நின்றது.

இங்கே துல்லியமாகத் துப்பாக்கிகளின் ட்ரிக்கரைத் தயாரிக்கும் சத்தம் கேட்டது. வீட்டை நோக்கி வந்துகொண்டிருந்தவன், தரையில் ஈரம் இருந்ததைப் பார்த்தான். அதில் பதிந்திருந்த பூட்ஸ் அடையாளங்களைப் பார்த்தான்.

நின்றான்.

வின்னியிடம் ஏதோ சொன்னான். அவள் வியப்புடன் கீழே பார்த்தாள்.

'நாம் வந்திருப்பதைக் கண்டுபிடித்துவிட்டான், பூட்ஸ் அடையாளங்களைப் பார்த்து. கெட் அவுட்! வெளியே ஓடுங்க, பிடிங்க..!'

இதற்குள் அஜய் வின்னியை இழுத்துத் தன்னை முன்னால் மறைத்துக்கொண்டான்.

போலீஸார் வெளியே வெள்ளமாகப் பாய்ந்தார்கள்! அங்கிருந்து கத்தினான். வின்னியின் நெற்றியில் தன் பையிலிருந்து எடுத்த துப்பாக்கியைப் பதித்து, 'ஸ்டாப், கிட்ட வந்தா பெண் இறந்து போவாள், நில்லு!' என்றான்

'சினிமாவில்தான் இந்த மாதிரி காட்சிகள் வரும்' என்று சந்திரகுமார் நினைத்தார். இப்போதுகூட 'அனைத்தும் கனவு' என்று விழிக்கத் தயாராக இருந்தார்.

அவர் பெண்ணை, அவன் தரதரவென்று இழுத்துச் சென்று மாருதி காரில் அவளைத் திணித்து ஏற்றிக்கொண்டு புறப்பட்ட போது, போலீஸார் 'வாக்கி டாக்கி'யில் ஆணைகள் பிறப்பித் தனர். 'க்விக்! செண்ட் த ஜீப். ஹி இஸ் ரன்னிங்.'

புரொபசரைப் புறக்கணித்துவிட்டு, அனைவரும் ஓடினார்கள். 'நாய் வாலை ஆட்டிக்கொண்டு அவர்கள் பின்னால் கேட் வரை

ஓடியது. புரொபசர் வெலவெலத்துப் போய், 'என் மகள்.. என் மகளைக் காப்பாற்றுங்கள். அவளைக் காப்பாற்றுங்கள்.'

புழுதிப் படலம் அடங்க, சாலையை வெறித்துப் பார்த்துக் கொண்டிருக்க, கிழக்கே முழுசாகச் சந்தன நிறத்தில் நிலா உயர்ந்துகொண்டிருந்தது.

இரவு எட்டு மணிக்கு அவர்கள் திரும்பி வந்து, அவரைக் கடற் கரைக்கு அழைத்துச் சென்றார்கள்.

'என்ன ஆச்சு, என் மகளுக்கு என்ன ஆச்சு?'

'ஓ! ஷி இஸ் ஆல்ரைட்.'

'பையன்?'

'கடற்கரையில் சுடவேண்டியிருந்தது' அவர்கள் இந்த இடத்தை அணுக, வின்னி அவரை நோக்கி ஓடி வந்தாள்.

'வின்னி, தப்பித்தாயா! வின்னி, ஆர் யு ஆல்ரைட்!' என்று அவளைக் கட்டிக்கொண்டு நெற்றியில் முத்தங்கள் அளித்தார். 'எங்கேயாவது அடிபட்டதா?'

'இல்லை அப்பா. அவன் என்னை ஏதும் செய்யவில்லை.'

'எதும் செய்யவில்லையா!'

'நான் அகப்பட்டுவிட்டேன். என்னை நிச்சயம் சுட்டுவிடுவார் கள். சாவதற்குமுன் கடற்கரைக் கோயிலை ஒரு முறை நிலவில் பார்த்துவிடவேண்டும் என்றான். அதற்காகத் தான் என்னைப் பணயக் கைதியாக அழைத்துச் சென்றான். இங்கே வந்ததும் என்னை விடுவித்துவிட்டான்!'

சந்திரகுமார் கரைக்கோயிலைப் பார்த்தார். அதன் விளிம்புகளில் வெள்ளி பூசியிருந்தது. தூரத்தில் கடலலைகளின் சுருட்டல்களில் மேலும் வெள்ளி பிரவாகித்தது. அலை புரளும் ஓசை அவ்வப் போது உருண்டது.

'அப்பா, அவர்கள் அவனை.. அவனை..' என்று விசித்து அழுதாள்.

கடற்கரைக் கோயிலின் அருகே மணல்வெளியில், நிலவில் நனைந்து அவன் கிடந்தான். மாருதியின் ஹெட்லைட் வெளிச்சத்

தில், மார்பில் பாய்ந்திருந்த குண்டின் ரத்த உறைவு தெரிந்தது. சந்திரகுமார் கிட்டே போய் அவனைப் பார்த்தார்.

'உங்களையெல்லாம் ஒருமைப்படுத்த ஒரு பொது எதிரி இருந்தான்... இப்போது நம் எதிரி நாமேதான்!'

'மைகாட்! வாட் வெண்ட் ராங்?' என்றார் சந்திரகுமார்.

'என்ன?'

'நம் இளைஞர்களை, நம் கடற்கரையில், நாமே சுட்டுப் பலி வாங்கும்படியாக எங்கே, எந்தக் கட்டத்தில் இந்த நாட்டில் பெரியவர்கள் தப்பு செய்துவிட்டோம்? நன்றாகத்தானே ஆரம்பித்தோம்! எங்கே தப்பு செய்தோம்? எங்கே எங்கே..?'

'அந்தக் கேள்வியெல்லாம் கேட்கறதில்லை நாங்கள்' என்றார் அதிகாரி.

6
தேடல்

போயிங் விமானத்தின் ஜன்னல் வழியாக டாக்டர் சிவசங்கர் பார்த்தார். சென்னையின் தென்னை மரங்கள் மெல்ல அணுகிக் கொண்டிருக்க, கட்டடங்கள் கான்கிரீட் கொம்புகள் போல முளைத்தன. நுரை மீசை வைத்திருந்த கடலலைகளின் அருகே வெண்மணல் பாக்கி இருந்தது.

'சரியா இருபது வருஷம் ஆச்சு இந்த மெட்ராஸை விட்டு' என்றார்.

'நிறைய மாறுதல் இருக்கும்' என்றாள் பார்வதி.

'கடல் மட்டும்தான் மாறலை!'

பாகீரதி தன் கைப் பெட்டியைத் திறந்து, சின்னச் சின்ன பல வர்ணக் குப்பிகளில் ஒன்றைத் தேர்ந்தெடுத்துத் திறந்து, கவிழ்த்துக் கிடைத்த ரோஜா நிறக் குழம்பை எடுத்து முகத்தில் தேய்த்துக்கொண்டு, தன் வயசைப் பத்து நிமிஷம் குறைத்துக் கொண்டாள். விமானத்தில் குப்பென்று வாசனை சூழ்ந்தது.

'சங்கராச்சாரியாரை பார்க்கப் போறதுக்கு மேக்அப்பா?'

'மேக்அப் இல்லை. வெயில் தாங்காது என் ஸ்கின்.'

'மே ஐ ஹேவ் யுர் அட்டென்ஷன் ப்ளீஸ்..!' என்று மண்டை மேல் இருந்த ஸ்பீக்கர் கமறியது. அதற்கப்புறம் புரியவில்லை.

‘உலகத்திலேயே மோசமான ஏர்லைன்னு வருஷா வருஷம் இண்டியன் ஏர்லைன்ஸ்ஸுக்குத்தான் பரிசு தரணும்.’

பாகீரதியின் ஆழ்ந்த மௌனத்தைத் தொடர்ந்து, ‘உலகத்திலேயே மோசமானதொரு ஏர்போர்ட் பாம்பே’ என்றார்.

பாகீ அவரைக் கடைக் கண்ணால் பார்த்து, ‘உங்க இண்டியா தூஷணையை ஆரம்பிச்சுட்டீங்களா?’ என்று கேட்டாள்.

‘உண்மையைத்தானே சொல்றேன். இந்த நாடு உருப்படுமா சொல்லு. ஏர்போர்ட்டில் குடிக்க ஒரு வாய் தண்ணி கிடையாது. உக்கார ஒரு நாற்காலி கிடையாது. அமெரிக்காவில் கன்ஃபார்ம் பண்ண டிக்கெட், இங்கே மெஸேஜ் வரலைங்கறான். ப்ளேன் மூணு மணி நேரம் லேட்டு. எதுக்காக இந்த நாட்டுக்கு ஏரோப்ளேன்?’

‘பாகீரதி பேசாமல் இருந்தாள். இந்த மாதிரி கேள்விகளுக் கெல்லாம் பதில் சொன்னால் இன்னும் பெரிசாக வாக்குவாதம் வளரும்.

‘காஞ்சீபுரத்தில் ஓட்டல் ஏதாவது உண்டா, இல்லை வயக் காட்டுப் பக்கம் ஒதுங்கலாமா?’

பேசவில்லை.

‘அலுமினிய சொம்போட?’

பேசவில்லை. விமானம் தரை தொட்டு ஒரு தடவை குதித்தது. ‘என்ன மோசமான லாண்டிங்!’ விமானம் ஊர்ந்தது.

‘உனக்கு வேணும்னா அவரைத் தரிசனம் பண்ணிக்கோ, எதுக்காக என்னை இழுக்கறே!’

‘நீங்களும் பார்க்கணும்.’

‘எதுக்கு நான்? எனக்குத்தான் இதில் எல்லாம் நம்பிக்கை கிடையாதே. நான் ஒரு பிஸிக்ஸ் ஆசாமி. அக்னாஸ்டிக்!’

பாகீ இந்தப் பேச்சைத் தொடர விருப்பமின்றி, ‘இன்னிக்கு என்ன கிழமை?’ என்றாள்.

‘இந்தியாவுக்கு வந்து, இண்டியன் ஏர்லைன்ஸ் விமானத்துக்குக் காத்திருந்து, கிழமையே மறந்து போச்சு.’

‘எத்தனை நேரம்? இவங்களுக்கெல்லாம் எதுக்கு ஏரோப்ரிட்ஜ்?’ பிரயாணிகள் இறங்க அவசரப்பட்டு முன் வாசலில் நெருக்கினார்கள்.

‘மூணு மணி நேரம் உக்காந்திருந்தாங்க. மூணு நிமிஷம் கதவு திறக்கப் பொறுமை இல்லை. இண்டியன்ஸ்!’

‘நீங்க இண்டியன் இல்லையா?’ என்று கேட்க விருப்பமின்றி, பாகீ பேச்சை மாற்றினாள்.

‘நீங்க முதல்ல அமெரிக்கா புறப்படறப்ப எத்தனை டாலர் வெச்சிருந்தீங்க?’

‘ரெண்டு டாலர்! ஜஸ்ட் டூ டாலர்ஸ்!’ அது அவருடைய செல்ல ‘டாபிக்.’ எத்தனை தடவை சொல்லியிருக்கிறார்!

‘கென்னடியில் வந்து இறங்கினேன், டெலிபோன் செய்யக் காசு இல்லை. ‘கலெக்ட் கால்’னா என்னன்னே தெரியாது. அப்ப அங்க ஒரு..’

அவர் வாழ்க்கையில் முன்னேறிய கதையை 27-வது தடவை கேட்கத் தயாரானாள். சீட்டிலேயே உட்கார்ந்திருந்து, எல்லோரும் இறங்கியதுமே அவர்கள் வெளியே வந்து, பாலம் கடக்கும் போது, உஷ்ணம் அவர்களைத் தாக்கி, ஐம்பது அடி அவர்கள் உடன் வந்து ‘ஏசி’க்குக் கொண்டுவிட்டது. ‘எக்ஸ்கலேட்டர் அவுட் ஆஃப் ஆர்டர்’ என்ற போர்டைப் பார்த்து, சிவசங்கரன் நக்கலாகச் சிரித்தார்.

‘இருக்கிற ஏழை ஜனங்களுக்கு உணவும் உடையும் கொடுத்து, பாப்புலேஷனை கண்ட்ரோல் பண்ணாபோதும். மத்த எதுவும் வேண்டாம் இண்டியாவுக்கு. ஸாட்டிலைட் எதுக்கு? எதுக்காக மிஸைல் ப்ரொக்ராம்?’ என்று மூன்று வரியில் இந்தியாவுக்கு விமோசனம் சொன்னார். பாகீ மௌனமாகவே வந்தாள். அமெரிக்காவில் இருந்தால் விவாதித்திருப்பாள். ‘நாமெல்லாம் இதைச் சொல்வது ரொம்பச் சுலபம். நடைமுறைதான் கஷ்டம்’ என்று. இங்கே பாகீரதி அவருடன் எந்தவிதத்திலும் வாதாட விரும்பவில்லை. காஞ்சி போய்ச் சேரும் வரையிலாவது!

கீழே ஹாலில் இறங்கியதும் கைவண்டி எடுத்துக்கொண்டார். அதன் சக்கரங்கள் சண்டி பண்ண, ‘தத்! ஒரு கைவண்டி சரியா பண்றாங்களா பாரு இண்டியால..’

கன்வேயரில் சுயம்வர ராஜகுமாரி போல் ஊர்ந்து வந்து கொண்டிருந்த அவர்கள் பெட்டியை, ஒரு சிப்பந்தி அதன் பாகேஜ் சீட்டைத் தப்பாகப் படித்து, எடுத்து வைத்துக்கொள்ள, சிவசங்கரன் 'எக்ஸ்கியூஸ்மி, எக்ஸ்கியூஸ்மி' என்று ஓடிப்போய் அவன் கையைப் பிடித்துத் தடுக்க, அந்தச் சிப்பந்தி, 'பொட்டி உன்னுதுன்னா சொல்லு - மேல கை போடாதே! நீ கை வச்சா நான் வைக்க எத்தினி நேரமாகும்? நீ சீமான்னா உங்க ஊரோட வச்சுக்க - இந்த பேட்டைல நான் சீமான்' என்றான்.

'வாட் வாட்?'

அவர் திரும்பிய போது முகம் சிவந்திருந்தது. கைகள் உதற ஸார்பிட்ரேட் மாத்திரை எடுத்து அடக்கிக்கொண்டார். 'ஃபூல்ஸ்! ஃபிலிஸ்டைன்ஸ்' பாகீரதியின் மேல் பாய்ந்தார். 'எல்லாம் உன்னாலதான். எதுக்காக என்னை இந்த மாதிரி அவமானப் படுத்தறே? நான்தான் இந்தியா வரமாட்டேன், ப்ரின்ஸ்டன்லயே இருக்கேன், எனக்குப் பிடிக்காது இதெல்லாம்னு சொன்னே னில்லையா? எதுக்காக என்னை டார்ச்சர் பண்றே? நான் எதுக் காக மெட்ராஸ் ஏர்போர்ட்டில் ஒரு பொறுக்கிக்கிட்டே கெட்ட வார்த்தை கேக்கணும்?'

'டேய் யார்றா பொறுக்கி? ஒரு உதைவிட்டேன்னா அரை டிராயர்லாம் ரத்தம் ஆயிரும்!'

'நீங்க வாங்க, அவனோட என்ன?'

பாகீரதி அவசரமாக வெளியே வந்தாள். இந்த உச்ச சமயங்களில் பேசவே கூடாது.

வெராந்தாவுக்கு வந்தார்கள். வாசலில் கார் காத்திருக்கும் என்று சொன்னார்கள். யார் என்று தெரியவில்லை. அவரவர் அவரவர் கார்களில் ஆரோகணித்துக் கதவு சாத்திக்கொண்டு புறப்பட்டுச் செல்ல, சற்று நேரத்தில் வராந்தா காலியாகிவிட்டது.

'ஆட்டோ போலாங்களா? செவண்ட்டி ரூப்பீஸ் கொடுத்துருங்க. எங்க மைலாப்பூர்தானே!'

'நான் எங்கே போனா உனக்கென்ன?'

'அவனோட பேச வேண்டாம்.'

‘சும்மானாங்காட்டியும் கேட்டேன். கோவிச்சுக்கிறியேம்மா!’

அப்போது ஒரு டிரைவர் வந்து, ‘நீங்க டாக்டர் சிவராமனா?’

‘டாக்டர் சிவசங்கர்.’

‘காஞ்சி பார்ட்டி நீங்கதானே? ப்ரதிபா ட்ராவல்ஸ்ல வண்டி கேட்டிருந்தீங்களே!’

‘ஆமாம்.’

‘இருங்க வண்டி வந்திருக்குது.’

‘நான் சிவராமன் இல்லைப்பா.’

‘சரி சிவசங்கர். வாங்க! உங்களுக்குத்தான் வண்டி!’

பாகீரதிக்கு அந்த டாக்ஸி டிரைவரைப் பிடித்திருந்தது. பெட்டியை எடுத்து வைத்து, கதவை மரியாதையாகத் திறந்து மூடி, ஓடிப்போய் சீட்டில் அமர்ந்தான்.

‘ஒரு பேரை ஒழுங்காகக் கொடுக்க தெரியலை. என்ன ட்ராவல் ஏஜெண்டுப்பா?’

‘அது சில சமயங்கள்ல தப்பாயிருதுங்க டெலக்ஸ்ல.’

‘எது சரியா இருக்கு உங்க நாட்டில?’

‘டிரைவர் உங்க பேரு என்ன?’

‘பால்ராஜுங்கம்மா. ஏஸி போட்டுரலாங்களா? காஸட் போட்டு ரலாங்களா?’ காஸெட்டைச் செருகினான்.

‘கண்ணும் கண்ணும் கொள்ளையடித்தால் காதல் என்று அர்த்தம்.’

‘எனக்குக் காதல் வேண்டாம்பா!’

கார் கிளம்பி நெடுஞ்சாலையில் சேர்ந்துகொண்டது.

‘பக்தி பாட்டு போடட்டுங்களா?’

‘எதுவும் வேண்டாம்ப்பா, ஆளை விடு!’’

பூந்தமல்லி பக்கம் திரும்பியதும், ‘பால்ராஜ், மெள்ள போங்க, அவசரமே இல்லை.’

‘நீங்க பெரியவரை தரிசனம் பண்ண வேண்டாமா இன்னைக்கு? போயிரலாங்க ரெண்டு அவர்ல.’

‘நாளைக்கு மெல்ல தரிசனம் பண்ணிக்கறோம்பா. எனக்கு அவசரமே இல்லை. நான் பார்க்கலைன்னாகூட பரவாயில்லை. இந்த அம்மாதான்.. இதுக்காகவே அமெரிக்காலருந்து வந்திருக்கோம்?’

‘அப்படீங்களா? சந்தோசங்க. மனித தெய்வம் ஸார் பெரியவரு. இதுவரைக்கும் எம்பத்தெட்டு முறை தரிசனம் பண்ணிட்டேங்க! இன்னும் பன்னண்டு பன்னண்டு பண்ணா நூறாயிரும் - அவருக்கு நூறு வயசு ஆனாப்பல.’

‘பால்ராஜ் நீங்க கிறிஸ்டியன்தானே?’

‘ஆமாங்க. அதனால என்ன ஸார்?’

‘ஃபன்னி!’ என்றார் சிவசங்கர்.

‘எங்க வீட்டில அவருதாங்க தெய்வம். அவரு என்ன சொல்றாரு? நீ சர்ச்சுக்குப் போ - மசூதிக்குப் போ - கோயிலுக்குப் போ - கடைசில எல்லா தெய்வங்களும் ஒண்ணுதானே..’

‘விபூதி வரவழைப்பாரா?’

‘அது சாயிபாபாங்க. அவர் உங்களைப் பார்த்தாலே போதுங்க - நினைச்ச காரியம் நடக்கும்.’

‘உனக்கு நடந்ததா!’

‘பின்ன? நம்ம புள்ள ரோஸ்மேரிக்கு தபால் ஆபீஸ் உத்தியோகம் கிடைக்கணும்னு ஒருமுறை கேட்டேங்க. அடுத்த ட்ரிப்ல ஆர்டர் வந்திருச்சு!’

‘அப்படியா! டெலிபோன்ஸ்லயும் இருக்காரா இவர்!’ என்றார். அந்தக் கேலியை பால்ராஜ் கவனிக்கவில்லை.

‘பெரியவர்தாங்க தெய்வம். தூரக்க இருந்து பார்த்து மனசில கேட்டா காரியம் நடக்குது. உங்களுக்கு என்ன வேணுங்க?’

‘காஞ்சிபுரத்தில் நல்ல ஓட்டல்பா!’

‘அம்மா உங்களுக்கு?’

'நிம்மதி' என்றாள்.

'அய்யாதான் கேலியாய்ப் பேசறாரு!'

'பால்ராஜ். பாருங்க எனக்கு இதில எல்லாம் நம்பிக்கை இல்லை. நான் செய்யற ஆராய்ச்சில கடவுள் தேவைப்படறதில்லை.'

'எனக்கு தேவைப்படுதுங்க.!'

'லுக் அவுட்!' என்று கத்தினார்.

வண்டி ஒரு லாரியை நூலிழையில் தவிர்த்து, தார்ச் சாலையை விட்டு இறங்கி, பாம்பு போல் நெளிந்து மரத்தருகே நின்றது.

அவர் உடல் நடுங்கி, நெற்றி வியர்வைப் படர்ந்திருக்க, பால்ராஜ் இறங்கி டயரை உதைத்து, 'பஞ்சர்ங்க! பதினைஞ்சு நிமிஷத்தில ஸ்டெப்னி போட்டுரலாங்க. இளனி சாப்பிடுங்க.'

சிவசங்கர் சிகரெட் பற்றவைத்தார். மரத்தடியில் கயிற்றில் குலைகுலையாக இளநீர் தொங்கியது.

'இளனி சீவலாங்களா?'

'வேண்டாம்பா.'

'சீவிட்டேங்களே...'

பாகீரதி பதற்றத்துடன் மற்றொரு வாக்குவாதத்தை எதிர்பார்த்தாள். 'சரி குடு' என்றார். நல்லவேளை.

இளநீரை உறிஞ்சுகையில், 'இண்டியால இது ஒண்ணுதான் உருப்படியா இருக்கு!'

பால்ராஜ் டயர், ஸ்பானரை டிக்கி இடைவெளியில் செருகிவிட்டு, 'போவலாங்க' என்றார்.

'இளனி சாப்பிடுங்க பால்ராஜ்' என்றாள் பாகீ.

'வேண்டாம்மா. பெரியவரைப் பார்க்கிற வரைக்கும் பச்சை தண்ணி பல்லுல படக்கூடாது.'

'மயிரிழைல தப்பினோம்.'

'எல்லாம் பெரியவர் ஆசிங்க!'

‘அப்படியா?’ மறுபடி கேலிக்குரல்.

காஞ்சிபுரத்தை அணுகும்போது மூன்றாகிவிட்டது. ஏரியில் வாத்துகள் நீந்த, அதை அணைத்துச் சென்ற பாதையில் பனைமர ஸோல்ஜர்கள் காவல் நின்றன. கோபுரங்கள் வெண்மையாக, புதுசாகத் தெரிந்தன. நகரமே நூறாவது ஆண்டைக் கொண்டாட அலங்கரித்துக்கொண்டிருந்தது. குறுக்கும் நெடுக்கும் தட்டியும் மூங்கிலும் சுதந்தர மாடுகளும் ஓடும் நாய்களும் லாட்டரி டிக்கெட் நிறைந்த சைக்கிள்களும்.. பாகீரதிக்கு உற்சாகம் பொங்கியது. பெரிசாக பந்தல் போட்டுக்கொண்டிருந்தார்கள்.

‘இங்கதான் விளா நடக்கப் போவுதுங்க.’

‘யாராவது இந்த ஊரைப் பார்த்தா பழைய பல்லவா காலத்துத் தலைநகர்னு சொல்வாங்களா? வாட்டிகனைப் பார்த்தியே எப்படி இருந்தது? ஆயிரம் ஆண்டு பழசுன்னா அமெரிக்கால என்னமா ‘ப்ரிஸர்வ்’ பண்ணுவா!’

‘நமக்கு அதெல்லாம் முக்கியமில்லைங்க.’

‘நான் உங்கிட்ட பேசலை பால்ராஜ்.’

‘நேரா போய் பெரியவரை முதல்ல தரிசனம் பண்ணிரலாங்க. அப்புறம் போய் மத்த சாமிங்களைப் பார்த்துரலாம்.’

சிவசங்கர் தீர்மானமாக மறுத்தார். ‘முதல்ல ஓட்டல் போய் ‘செக் இன்’ பண்ணிட்டு அப்புறம்தான் மத்ததெல்லாம்.’

‘இல்லைங்க அரைமணிதான் அவரைப் பார்க்க சமயம். அதுக்குத் தாங்க விரட்டிக்கிட்டே வந்தேன்.’

‘நாளைக்குப் பார்த்துக்கலாம். முதல்ல ஓட்டல். எனக்குப் பசிக்கிறது.’

‘ஆர்ச் வளைவுகளில் மூன்று பெரியவர்களும் ஆசீர்வதிக்க, நரசிம்மராவ் வருவதை எழுதிக்கொண்டிருந்தார்கள். ‘காமாந்த கார கன்னி’ என்ற சினிமா சுவரொட்டியை உரக்கப் படித்தார்.

ஒரே ஒரு த்ரீ ஸ்டார் ஓட்டல்தான் இருந்தது. அதிலும் ரூம் போட்டு உள்ளே சென்று படுக்கையில் உட்கார்ந்ததும் குறை சொன்னார். ‘பாத்ரூமில் கரப்பான் பூச்சி, சுவர்களில் ரத்தக்கறை,

டவல் அழுக்கு, மருந்து நாற்றம்.. அமெரிக்கால ஒரு மினிமம் கம்ஃபர்ட்டாவது..'

பாகீரதி கடைசியாகப் பொறுக்க முடியாமல், 'ரெண்டு நாளைக்கு அமெரிக்காவைவிட்டு இந்தியாவுக்கு வாங்களேன். நாம வந்தது பரமாச்சாரியாளைத் தரிசனம் பண்ண. ஓட்டல் மூட்டைப் பூச்சியை எண்ண இல்லை.'

'நாம வந்ததுன்னு சொல்லாதே, நீ வந்தது! எனக்கு இதில் இஷ்டமில்லை, நம்பிக்கை இல்லை, அவரைப் பார்க்காட்டிக் கூட எனக்குப் பரவாயில்லை, தலைவலி எனக்கு!'

அதற்குள் பால்ராஜ் வந்து, 'அம்மா, அம்பாள பூசை செய்யறாரு சின்னவரு. வாங்க... போய் தரிசனம் பண்ணிடுங்க.'

'வரேன் பால்ராஜ், கிளம்புங்க.'

'நான் வரலை நீ போ. நான் ரூம்ல இருக்கேன்.'

'நீங்க வராம தனியாப் போகமாட்டேன்!'

'அதான் பால் இருக்கானே!'

'அய்யா நான் உள்ளே வர மாட்டேங்க! வெளியே பெரியவரை ஒருமுறை தரிசனம் செய்தா போதும்.'

'சே! உன்னோட வேதனை பாகீ!'

'ப்ளீஸ்! ஒரு நாளைக்கு ஒரே ஒரு நாளைக்கு உங்க பிசினஸ் பேசறதை மறக்கக்கூடாதா, பிடிவாதத்தை விட்டுக் கொடுக்கக் கூடாதா? இந்தப் பிடிவாதம் பிடிச்சுத்தானே பிள்ளையைப் பறிகொடுத்தோம்!'

அவர் சட்டென்று மௌனமாகத் தீய்க்கும் கண்களால் பாகீரதியைப் பார்த்து 'நான்தான் காரணமா! நான் மட்டும்தான் காரணமா?' என்றார்.

'மறுபடி ஆரம்பிக்க வேண்டாம்.'

'நான்தான் காரணமா சொல்லு!'

'சரி நானும்தான் காரணம்.'

பால்ராஜ் தர்மசங்கடத்தை உணர்ந்து, 'நான் ஓட்டல் வாசல்ல வண்டி கொண்டு வரேங்க!'

சிவசங்கர் 'ஆல்ரைட்! வரேன். ஆனா என்னால சட்டையெல்லாம் கழட்ட முடியாது. அப்பப்ப ஸ்மோக் பண்ணுவேன். நான் நாஸ்திகன். மதமும் ஒரு போதைப் பொருள். ஒரு ஏமாற்று வேலைன்னு நம்பறவன்' என்றார்.

'சும்மா வாங்களேன் துணைக்கு!' அவர் அரை டிராயரையும் யுனிவர்ஸிட்டி பனியனையும் மாட்டிக்கொண்டு தலையில் பேஸ்பால் குல்லா போட்டுக்கொண்டு 'லெட்ஸ் மூவ்!' என்றார். பாகீரதிக்கு அழுகை வந்தது. ஏன் இத்தனை பிடிவாதம் பிடிக்கிறார்! ஏதோ நிகழப்போகிறது என்று வயிற்றில் பயம் முலாம் பூசியது.

மடத்துக்குள் நூற்றுக்கணக்கானவர்கள் உட்கார்ந்திருக்க, மேடை மேல் பூஜை நடந்துகொண்டிருந்தது. 'ஹூ இஸ் திஸ் பாய்?'

'புதுப் பெரியவா.'

'வாட் நான்சென்ஸ், இந்தப் பையன் கால்ல விழணுமா?'

'நீங்க விழ வேண்டாம்.'

'இவர் நம்பர் த்ரீயா? வேர் இஸ் நம்பர் டூ?'

'பேசாம இருங்களேன். ப்ளீஸ்.'

ஆயாசம் தரும் அளவுக்குக் காத்திருந்த பின் ஆரத்தி எடுத்தார்கள். அங்கிருந்து சுவரோரமாக நடந்து நழுவி பெரியவரைப் பார்க்கச் செல்கிறார்கள். சிவசங்கரம் ஓரமாக நிற்க,

'நிக்கறேளே, உக்காருங்கோ, பேரு?'

'ஷிவ்ஷங்கர்.'

'ஊரு?'

'அமெரிக்கால ப்ரின்ஸ்டன்ல பிஸிக்ஸ் புரொபஸரா இருக்கேன்.'

'ப்ரின்ஸ்டன்லதானே ஜெயராமன்னு மடத்துக்கு ரொம்ப வேண்டப்பட்டவர் இருக்கார்?'

'எனக்குத் தெரியாது. ப்ரின்ஸ்டன்ல ஐன்ஸ்டைன்னு ஒரு மகாமேதை இருந்தார்.'

'உங்க பௌதீக சாஸ்திரம் என்ன சொல்றது ஆதி சங்கரர் சொன்னதைத்தானே!'

'இல்லை சுவாமி. பௌதிகம் ரொம்ப தூரம் போய்ட்டது. பிர பஞ்சத்தையே ஒரு துகள், ஒரே ஒரு சக்தி இதில் விளக்க முடியுமா பார்க்கறா!'

'அதையேதான்.. சக்தியும் சிவமும்னு ஒரு சரீரத்தில் அர்த்த நாரீஸ்வர திருக்கோலத்தோட ஒரே பொருளா விளங்கறா!'

'இல்லை நாங்க சொல்றது வேற.'

'அது இங்கிலீஷ், இது சமஸ்கிருதம். பவானித்வம். இனி நீயாவே நான் ஆகிவிடுகிறேன். நான், என்னுடையது, என்கிறதை உன் னிடத்திலேயே கரைச்சுடறேன்னு சொல்றார்.'

'அப்படி இல்லை' என்றார் சிவசங்கரன்.

'வாங்க போகலாம்' என்றாள் பாகீரதி.

'உங்களுக்கு மிராகிள்ஸ்ல நம்பிக்கை இல்லையா?'

'இல்லை.'

'பால்ப்ரண்டன், ஆர்தர் கோஸ்லர் எல்லாரும் எழுதிருக்காளே படிச்சதில்லை?'

'இல்லை.'

'பரமாச்சார்யாள் மெஹபூப் நகர்ல சாதுர்மாயை பூஜைக்காக காம்ப் இருக்கறப்ப உங்களைப் போலத்தான் ஒருத்தர் அமெரிக்காவில் இருந்து வந்திருந்தார். பஸ் ஸ்டாண்டில சைக்கிள் ரிக்ஷாவைப் போட்டுண்டு வந்தார். ஆசீர்வாதம் வாங்கிண்டார். அப்பல்லாம் நன்றாகவே பேசுவா. அவர் கொடுத்த குங்குமத்தைத் தன் தலையிலே அப்பிண்டு ஆப்பிளைக் கொடுத்து அனுப்பிச்சார். அவர் மடத்திலேயே சாப்பிட்டுட்டு ஏதாவது கான்ட்ரிப்யூஷன் பண்ணலாம்னு பர்ஸை எடுக்கறார். காணோம். பதறிப் போய்ட்டார். பர்ஸ் மட்டும் இல்லை. பாஸ்போர்ட்டு 'ட்ராவலர் செக்' குங்கறாளே... பதினஞ்சாயிரம் டாலர். எல்லாமே காணோம். அப்படியே ஒடிஞ்சு போய்ட்டார். எங்கன்னு தேடுவார்? சாப்ட்ட இடத்தில இல்லை. சைக்கிள் ரிக்ஷாக்காரனை வீடு தேடிப் போனா

அவங்கிட்டயும் இல்லை. கடைசில எங்க இருந்தது தெரியுமா? பஸ் ஸ்டாண்டில சிமெண்ட் பெஞ்சில அவர் உக்காந்திருந்த இடத்தில. அந்த இடத்தில் ரெண்டாயிரம் பேராவது புழங்கியிருப்பா. இதுக்கு என்ன சொல்றேள் சிவசங்கரன். மிராக்கிள் இல்லையா இது? இதை உங்க பௌதிக சாஸ்திரம் எப்படி விளக்க முடியும்?'

'நீங்க மிராக்கிள்னு சொல்லலாம். நான் இதை பிராபபிலிட்டி - சான்ஸ்.. இப்படின்னுதான் சொல்வேன். தரிசனம் ஆச்சோல்லியோ போலாம் பாகீ!'

அவர் புன்னகைத்துப் பிரசாதம் படாமல் கொடுத்தார்.

வெளியே வரும்போது பாகீரதி கோபத்தில், 'அவர்கிட்ட கூடவா ஆர்க்யூமெண்ட்!'

'ஏன்? அவரும் என்னைப் போல ஒரு ஆத்மாதானே? அதானே அத்வைதம் சொல்றது!'

பால்ராஜ் வெளியே காத்திருந்தான். 'வேகமா வாங்க! நீங்க அதிர்ஷ்டம் பண்ணவங்க. மகா பெரியவரை இன்னும் அரைமணி பார்க்கலாமாம்!'

அந்த மண்டபத்தை ஒட்டிப் புறப்பட்ட க்யூ தெருவில் தொடர்ந்தது. மெல்ல மெல்ல நகர பாகீரதி ஓட்டமும் நடையுமாக அதன் வாலில் சேர்ந்துகொண்டாள். மற்றதெல்லாம் மறந்துபோய் விட்டது.

ஒரு வெள்ளைக்காரி பல்பொடி கலரில் ஜிப்பா அணிந்துகொண்டு நிஷ்டையில் எதிரே திறந்திருந்த வாசலையே நோக்கிக்கொண்டிருந்தாள். உள்ளே லேசான இருட்டாக இருந்தது. மெல்ல அணுகினார்கள்.

உள்ளே அந்த நூறு வயது பெரியவர் ஏறக்குறைய மல்லாந்த வாக்கில் உட்கார்ந்திருந்தார். காவி முட்டாக்கின் மேல் இலைக் கிரீடம் வைத்திருந்தார்கள். முழங்கால் மடங்கியிருந்தது. யாரையும் குறிப்பாகப் பார்க்கவில்லை. அருகே ஒரு பிராமண இளைஞன் வரிசையை 'ம்ம் நகருங்க' என்று துரிதப்படுத்திக் கொண்டிருக்க, அவ்வப்போது மாலையை அணிவித்துக் கழற்றிக்கொண்டிருந்தான்.

இளைஞன் பால்ராஜை அடையாளம் கண்டுகொண்டு, 'என்ன பால்ராஜ் எத்தனாவது தடவை தரிசனம்?' என்று கேட்டான்.

'தொண்ணூறுங்க! அய்யா அமெரிக்காவிலருந்து வராரு.'

'அமெரிக்காலருந்து நிறைய பேர் வரா! வாங்கம்மா கிட்ட பாருங்கோ!' என்று பாகீரதியை அருகே அழைக்க, பாகீரதி அந்தக் கணத்தில் தன் சகல கட்டுப்பாடுகளையும் இழந்து கண்ணீர் உதிர்க்க, புடவையை மேல் பட்டுத் தெறித்தது.

'பரமாச்சாரியாள்ட்ட சொல்லுங்கோ. இந்த க்ஷணத்துக்குத்தான் பத்தாயிரம் மைல் கடந்து வந்திருக்கோம். மேம்போக்கா இவர் குதர்க்கம் பேசினாலும் உள்ளுக்குள்ளே இவருக்கும் நம்பிக்கை தான். ஒரு பிள்ளை, பாலாஜின்னு பேர் வச்சோம். 12 வயசு வரைக்கும் சமர்த்தா வளர்ந்தான். பாழாப்போன அமெரிக்காவில் அப்பாவுக்கும் பிள்ளைக்கும் சரிப்படாம வாக்குவாதம் வந்து வீட்டை விட்டுப் போய்ட்டான்! உலகம் பூரா தேடியாச்சு. நேப்பாள், சிலோன், ஜப்பான், எல்லாம் தேடியாச்சு. ஆக்ஸி டெண்டில போய்ட்டானா, செத்துப்போய்ட்டானா, இருக் கானா..? எம்புள்ளை போய்ட்டான். நிம்மதியே இல்லை, இன்னி வரைக்கும்!'

'பரமாச்சாரியாளைத் தரிசனம் பண்ணிக்குங்க. ஸார் நீங்களும்தான் ஸார்.'

அந்த இளைஞன் அருகில் சென்று அவர் காதுடன் சொல்ல, அவர் கைகளை உயர்த்தி வாழ்த்தினார். பாகீரதியின நெஞ்சு நிறைந்தது. காட்டராக்ட் கண்ணாடி வழியாகப் பெரிய கண் ஒன்று அவளைப் பார்த்தது.

ஆப்பிள் பழத்தையும், ரோஜாவையும் கொடுத்து அந்த இளைஞன், 'எல்லாம் சரியாப் போய்டும் கவலைப்படாதீங்கோ, பையன் பேர் என்ன சொன்னேள்?' என்றான்.

'பாலாஜி.'

அவர்கள் வெளியே வந்தனர். சிவசங்கர் கோபமாக 'ஏன் சின்னக் குழந்தை மாதிரி அழறே? சினிமால வர மாதிரி உன் பிள்ளை வருவான்னு நினைச்சியா?'

அவள் அடங்காமல் அழுதாள்.

'பாகீ! பாகீ! டோண்ட் பி ஸில்லி. டோண்ட் மேக் எ ஸீன்! கமான்!' அவளைத் தோளில் பற்றி, பரிவு என்பதன் முதல் அடையாளம் சற்றே தெரிய நடத்தி அழைத்துச் சென்றார்.

பின்னால் குரல் கேட்டது.

'டேய் பாலாஜி! உங்க அப்பா அம்மா வந்திருக்காடா!'

7

திவா

அன்று இரவு முழுவதும் எனக்குத் தூக்கம் பிடிக்கவேயில்லை. காரணம் என்னவென்று சொல்ல முடியவில்லை. மனசுக்குக் கஷ்டமும் இல்லை. அளவுக்கு மிஞ்சிய இன்பமும் இல்லை. பயமும் இல்லை. அடுத்து நிகழப் போவதைப் பற்றிய பதற்றமும் இல்லை. பின் எதனால் தூக்கம் வரவில்லை என்று ஆராய்ச்சி பண்ணுவதைவிட ஏதாவது படிக்கலாம் என்று படுக்கையை விட்டு எழுந்தேன். என்னைச் சுற்றிலும் புத்தகங்கள், அலமாரியில், படுக்கை மூட்டைக்குக் கிட்டே, கட்டிலுக்கு அடியில்.. பெட்டி நிறைய வார்த்தைகள். வார்த்தைகள். லட்சக்கணக்கான வார்த்தைகள். எனக்கு முன் இருந்தவர்கள் அளித்த அத்தனை சத்தியங்களும் அச்சேறி நான் ஒருவன் படிப்பதற்காக மௌன மாகக் காத்திருந்தன. 'தூக்கம் வராத சமயத்தில், இருப்பதற்குள் விஷய கனமான புத்தகத்தை எடுத்து வைத்துப் படி' என்று அப்பா சொல்லியிருக்கிறார்.

'அப்போதுதான் ஒன்றரைப் பக்கத்துக்குள் கண்சுழற்றி விழிப்பி லிருந்து தூக்கத்துக்கு வழுக்கிவிட முடியும்' என்பார். எனக்கு அப்படி ஆவதில்லை. புத்தகத்தில் - அது என்ன மந்தமாக இருந் தாலும் - ஆர்வம் வந்துவிடும். புத்தகங்களின் முதுகுகளை ஆராய்ந் தேன். எல்லாம் அப்பாவின் புத்தகங்கள். அவர் படிக்கச் சொன்ன புத்தகங்கள். 'என்னதான் முன்னேற்றங்கள் வந்துவிட்டாலும் புத்தகங்களை மடியில் வைத்துக்கொண்டு, பொருத்தமான

வெளிச்சத்தில், ஜன்னலுக்கு வெளியே வசந்தமும் ஜன்னலுக்கு உள்ளே கதகதப்பும் இருக்க, கொஞ்சம் ஸ்காட்ச் வைத்துக்கொண்டு படிப்பதில் உள்ள இன்பம் பெண்களிடம் கூட இல்லை' என்று சொல்லியிருக்கிறார். புத்தகங்களின் முதுகுகள் ஆரஞ்சு நீலமும், சிமெண்ட் கலருமாக சில. முதுகுத் தோல் உரித்ததாகச் சில. இறுதியில் நான் தேர்ந்தெடுத்த புத்தகம், 'அருளுடைச் சோழ மண்டலம்.'

காது மடங்கியிருந்த பக்கத்தில் தொடர்ந்தேன். 'எபிகிராபிகா இண்டிகா தொகுதி 31, பக்கம் 228ல் திரு.கே.ஏ.நீலகண்ட சாஸ்திரி யார் அவர்களும் திரு. ஜே.எம்.பாலசுப்பிரமணியம் அவர்களும் இச்சாசனத்தை ஆராய்ந்தார்கள். இராசராசன் இறக்கவில்லை என்ற அடிப்படையில் சாசனத்தை அணுகினார்கள். (1) துஞ்சி (2) போந்தார் (3) நிச்செயித்து என்ற மூன்றில் துஞ்சியை விட்டு விட்டார்கள்.' நான் சற்று இரைந்து வாய்விட்டுப் படித்திருக்க வேண்டும்.

'துஞ்சுதல் என்றால் என்ன, அர்த்தம் தெரியுமா?' என்று சப்தம் கேட்டுத் தலையைத் திருப்பினேன்.

அப்பா பைஜாமாவில் நின்றுகொண்டிருந்தார். 'என்ன திவா, இன்னும் தூங்கலையா?' என்றார். பூப்பூவாக அவருக்குப் பிடித்தமான சில்க் அங்கி அணிந்திருந்தார். உதட்டில் தவிர்க்க முடியாத புன்னகை, பைப். பெரிசான கனமான கண்ணாடிக்குள் கண்கள் சின்னதாகத் தெரிந்தன.

'இல்லைப்பா, தூக்கம் வரவில்லை. உங்கள் முறை என்னிடம் செல்லுபடி ஆகிறதில்லை. என்ன கேட்டீர்கள்? துஞ்சுதல் என்றால் அர்த்தம் தெரியுமா என்றுதானே?'

'ஆம்.'

'தெரியும். 'பார்த்தல்' என்றுதான் அர்த்தம். 'கண் துஞ்சு' என்றால் 'காண்க' என்றுதான் பொருள்.'

'மற்றொரு அர்த்தம் இருக்கிறதே தெரியுமா?'

'தெரியும் அப்பா. தூங்குவது.'

'இல்லை, இறந்து போவது.'

'அப்படியா?'

'இராசராசன் ஏறத்தாழ ஆயிரம் வருஷம் முன் கி.பி. 1163-ல் எதிரிலிப் பெருமாளுக்குப் பட்டம் சூட்டி அன்றே இறந்தான் என்று ஒரு கருத்து உண்டு. அந்தப் புத்தகத்தில் பார்.'

'அப்படியா?'

'இது என்ன பாக்கியம் பார்! சந்தோஷ உச்சியில், அடுத்தவனுக்குப் பட்டமளிக்கும் இன்பத் தருணத்தில், அனைவரும் மகிழ்வுடன் இருக்கும் நளின நேரத்தில், உலகத்தில் தன் கடமை முடிந்துவிட்ட திருப்தியில், அரசின் பரிபாலனம் பாதிக்கப்படாத தொடர்ச்சியில், முடிசூட்டு விழாவில் இறந்து போவது எத்தனை அருமையான நிகழ்ச்சி! என்றாவது இறப்பதை விட முடிசூட்டு விழாவின்போது இறப்பதில் பெருமை இருக்கிறது. வள்ளுவர் கூறுகிறாரே, 'நெருநல் உளனொருவன் இன்றில்லை என்னும் பெருமை படைத்திவ்வுலகு' என்று. சாவில் பெருமையா எனப் புரியாமல் தவித்திருக்கிறாய். இப்போது புரிகிறதா இதில் பெருமை உண்டா இல்லையா என்று.'

'இப்போது தூக்கம் வர ஏதாவது வழி பண்ணுங்களேன்' என்று அப்பாவைக் கெஞ்சினான்.

'தூக்கம் கிடக்கட்டும். தூக்கத்தைவிடச் சுவாரஸ்யமானது ஒன்று உண்டே, அதை எடுத்துக்கொள்ளேன்.'

'என்ன?' என்றேன் பதிலை ஒருவாறு எதிர்பார்த்துத் தயக்கத்துடன்.

'மரணம்.'

'என்னப்பா இப்படிச் சொல்கிறீர்கள்?' என்றேன் அதிர்ந்து.

'யோசித்துப் பார். இதைவிடத் தருணம் மரணத்துக்கு ஏது இருக்க முடியும் உனக்கு? உன் கடமைகள் முடிந்துவிட்டன. நீ பிறந்த பயன் நிறைவேறிவிட்டது. நிறையவே இந்தச் சுருக்கமான வாழ்க்கையில் சாதித்துவிட்டாய். புத்திசாலித்தனத்தில் பலரை வென்றுவிட்டாய். உலக சதுரங்கத்தில் சிக்கரோவைத் தோற்கடித்துவிட்டாய். அப்புறம் இந்தியாவுக்கு ஒரு முறை கிரிக்கெட் டெஸ்ட் ஆடிவிட்டு இரண்டு இன்னிங்ஸிலும் சதம் போட்டு, பத்து விக்கெட் எடுத்து இரண்டு ரன் அவுட் பண்ணி..'

'அவர்கள் என்னைத் தடை செய்துவிட்டார்களே!' என்றேன்.

'செய்தால் என்ன? ஒரு டெஸ்ட்டிலேயே நீ உலகத்தின் தலை சிறந்த கிரிக்கெட் ஆட்டக்காரன் என்று நிரூபித்து விட்டாய். இப்போதும் உன்னைப் பற்றி எழுதிக் கொண்டிருக்கிறார்கள், 'தடை செய்தது தப்பு' என்று.

'நீ எழுத நினைத்த புத்தகத்தை எழுதிவிட்டாய். ஆகஸ்போர்டு பதிப்பிக்கப் போகிறது. ஒருவாறு உன் சுயசரித்திரமாக, உலகுக்கு நீ விட்டுப் போகும் அடையாளமாக அது அமைந்துவிட்டது. நீ செய்யாத காரியம் ஏதாவது பாக்கியிருக்கிறதா? செல்லாத நாடில்லை. ஜப்பானில் புல்மலையில் உலவியிருக்கிறாய். ஜெனீவாவில் பனியில் சறுக்கியிருக்கிறாய். அலாஸ்காவில் வென்னீர் பீரிடுவதைப் பார்த்திருக்கிறாய். லண்டன் பார்ட்டியில் பிறந்த நாள் கேக்கிலிருந்து நிர்வாண நங்கைகள் உனக்காகத் தோன்றியிருக்கிறார்கள். விரும்பியதைச் செய்திருக்கிறாய். கங்கையில் மிதந்திருக்கிறாய். சுட்டிருக்கிறாய். புனித ஸ்காட்சில் ஐஸ் கட்டிகள் உனக்கு மிதந்திருக்கின்றன. உஸ்தாதுகள் உனக்காக சித்தார் வாசித்திருக்கிறார்கள். சித்திரக்காரர்கள் உனக்கு வரைந்திருக்கிறார்கள். நீலப் படங்கள், கறுப்புக் கடல்கள், மஞ்சள் வெயில், சிவப்பு அதரங்கள், வெள்ளைச் சருமங்கள் என்று வாழ்க்கையின் அத்தனை வண்ணங்களையும் சந்தித்து விட்டாய். மீன் பிடித்திருக்கிறாய், தேன் குடித்திருக்கிறாய். கான் விழாவிலே ஒரு சின்ன மார்புக்காரியின் பின்னே டாலர்களைப் பறக்கவிட்டிருக்கிறாய். காதலித்திருக்கிறாய், காதலிக்கப் பட்டிருக்கிறாய். செக்ஸ் தாராளமாகவே கிடைத்துவிட்டது. பெண்கள் உனக்குப் பிறந்த நாள் கார்டு அனுப்பிவிட்டார்கள். நிறையக் கிடைத்துவிட்டது, நிறையப் படித்துவிட்டாய். செத்துப்போக இந்தக் கணத்தைவிட உன்னதமான தருணம் இருக்க முடியுமா சொல்?'

நான் யோசித்தேன். அந்த வாதத்தில் உள்ள நேர்மையை உடனே உணர முடிந்தது. ஆம், இதுதான் தருணம்! இதைவிட உன்னத கணம் கிடைக்காது. ஆனால்...

'வலிக்குமே! எப்படிச் செத்துப்போவது? வலிக்குமே?'

'அதை நான் பார்த்துக்கொள்கிறேனே? வலிக்காமல் சாக அடிக்கிறேன் உன்னை.'

'நான் செய்யவேண்டிய ஒரு காரியம் பாக்கி இருக்கிறது அப்பா.'

'என்ன?'

'கொஞ்சம் யோசிக்கவேண்டும்' என்றேன். எனக்குச் சட்டென்று நினைவுக்கு வரவில்லை. யோசித்து யோசித்துப் பார்த்தேன். மனித உணர்வுகள் அத்தனையும் உணர்ந்திருக்கிறேன்தான்! அதற்காக அப்பா எல்லா ஏற்பாடுகளையும் செய்திருந்தார். புகழ், அழகு, படிப்பு, சங்கீதம்.

'அனாயாச மரணம்னா இதுதான் திவா!'

'மனைவி என்ன சொல்வாள்?'

'ராத்திரி எப்போதும் போல படுத்துக்கப் போனார். என்னைப் பார்த்து ஒரு முறை சிரிச்சார். மார்மேல் புஸ்தகம்! பாலைச் சாப்பிட்டுவிட்டு, ஆறு மணிக்கு அலாரம் வெச்சிட்டுப் படுத்துக்கப் போயிருந்தார். ஒரு சப்தம் வரலை. காலைல என்னது இன்னும் எழுந்திருக்கலையேன்னு போய்ப் பார்க்கிறேன். அப்படியே தேஜஸோட தூங்கறாப்பல இருந்தது. என்னங்க என்னங்கன்னு புரட்டறேன் அதுக்குத் தகுந்தாப்பல தலை ஆடறது, பிராணன் இல்லை. ஒரு கஷ்டம் இல்லை. அவரால - வாழ்ந்த போதும், இறந்த போதும்!'

'மரணத்துக்கு அப்புறம் என்னன்னு தெரியாம நான் எப்படிச் செத்துப்போவது!'

'உன்னைப் பொறுத்த வரையில் மரணத்துக்கப்புறம் ஒண்ணுமே இல்லை திவா. அதைத் தெரிஞ்சுக்க.'

'எப்படிச் சொல்றீங்க?'

'நசிகேதன் கடோபனிஷத்ல எண்ணினான், 'நான் இப்போது இறக்கிறேனா அல்லது மற்றொரு கணத்திலா என்பது பெரிதில்லை. எனக்குத் தெரிய வேண்டியது மரணம் என்னை அடையும்போது என்ன ஆகும்!' என்று.

'யமனிடம் மூன்றாவது வரமாக இதைக் கேட்கிறான். இந்தக் கேள்வி கடவுள்களால் சர்ச்சிக்கப்பட்ட கேள்வி. இதைத் தவிர வேறு ஏதாவது கேள்' என்கிறான் யமன். பிடிவாதமாக இதையே மூன்றாவது வரமாகக் கேட்க, யமன் பதில் சொல்கிறான்.

'தெரியும். படித்திருக்கிறேன். ஆத்மாவை அறிந்துவிட்டால் மறு பிறப்பில்லை. உனக்கு மரணம், உடல் என்னும் சட்டையைக்

கழற்றிப் போடுவது போலத்தான். உன் உள் இருக்கும் ஆத்மா என்னும் ஜோதி பெரிய உண்மையுடன் கலந்துவிடும். மிகத் துல்லியமான சங்கமம் அது..'

'உன் கேஸில் உயிர்கூட ஆத்மா இல்லையே? பின் என்ன சங்கடம்?'

'எதற்காக என்னைக் கொல்ல விரும்பறீங்கப்பா?'

'உன் அனுபவம் அத்தனையும் உன் மூளையில் பதிஞ்சிருக்கிற திப்பியில சிப்பில இருக்கு. அதை எடுத்து எனக்கு உன்னுடைய அடுத்த மாடல் செய்யவேண்டும்.'

'அடுத்த மாடலுக்கு என்ன பேர் வெப்பீங்க அப்பா?'

'இன்னும் யோசிக்கவில்லை. பெண்ணா மாத்தலாம்னு பார்க்க றேன். அப்ப தேவின்னு பேர் வெப்பேன்.'

'அப்பா, நான் பூரா அழிஞ்சிருவேனா?'

'திவான்னு நீ வாழ்ந்த வாழ்க்கை முற்றுப் புள்ளிதான். உன்னை சிருஷ்டிச்சதில, அந்தப் பரிசோதனையோட எல்லாக் குறிக் கோளும் நிறைவேறிடுச்சு திவா. இதைப் பத்திப் புஸ்தகம்கூட எழுதிட்டேன். மேலும் ஜப்பான் எட்டாம் தலைமுறை மாநாட்டில் இதையெல்லாம் முழுக்க அலசிட்டோம். இனிமே உன்னை வெச்சுக்கறதிலே விஞ்ஞானத்துக்கு எந்தவித லாபமும் இல்லை. மேலும் உன் மூளைக்குள்ள இருக்கிற சிப்பை டவுன் லோடு பண்ணுறது கஷ்டமா இருக்கு. அதில் உன் வாழ்க்கையின் சாராம்சம் பூரா இருக்கு திவா. ரொம்ப நன்றி, நீ சந்தோஷமாத் தானே இருந்தே?'

'சந்தோஷம்ங்கறதே நீங்க கொடுத்த சென்ஸார் உணர்ச்சிதானே அப்பாஜி' என்றேன்.

'முழுக்க முழுக்கச் சந்தோஷமில்லாம ஒனக்குக் கொஞ்சம் துக்கமும் கொடுத்தேனில்லையா? இல்லைன்னா சந்தோஷம் திகட்டிரும்.'

நான் அப்பாவை நன்றியுடன் பார்த்தேன். தன் பைப்பைக் கீழே வைத்துவிட்டு, அலமாரியிலிருந்து டூல் பெட்டியை எடுத்தார். அவர் எதிரே கண்ணாடியைப் பார்த்தேன். அப்பாவும் நானும்

அருகருகே நிற்க, அப்பாவிடம் இல்லாத அத்தனையும் இருந்தது என்னிடம். உயரம், அழகு, இளமை, நல்ல கண் பார்வை.

'உன்னை ரொம்ப நல்லவனாகவும் சிருஷ்டிக்க நாங்கள் விரும்பவில்லை. அது உனக்கு போர் அடித்துப் போகும். கோபம், பயம் போன்ற உணர்ச்சிகளும் அளவோடு தந்தோம் திவா. கொஞ்சம் திரும்பிக் கொள்.'

நான் திரும்பிக் கொள்ள அப்பா என் சட்டையை உரித்தார்.

'பயமாக இருக்கிறது அப்பா.'

'இதோ அந்த 'பயம்' என்ற ப்ரொக்ராமை அழித்துவிட்டு, அதன் பின் 'வலி' என்கிற ஆணைத் தொடரையும் அகற்றிவிட்டுத்தான் மற்ற இணைப்புக்களை நீக்குவேன்.'

அப்பா என்னருகே வந்தார். அவரிடம் மாம்பழ வாசனை அடித்தது. 'கொஞ்சம் கையைக் கட்டிக்கொண்டு நிம்மதியாக நில், இரு திவா.'

'அப்பா, எனக்கு ஒரு முறை மங்களத்தைப் பார்க்கவேண்டும்.'

'நிறையப் பார்த்தாகிவிட்டது. அவளை இப்போது எழுப்பினால் அழுவாள். விஷயம் சிக்கலாகிவிடும்.'

'அப்பா, நாளை கொல்லுங்களேன் அப்பா. ப்ளீஸ், நாளைக்கு என் பிறந்த தினம்.'

'சும்மா சொல்லாதே. நீ பிறந்த தினம் என் மூளையில் உன்னைப் பற்றிய 'ஐடியா' உருவானபோது, அது அக்டோபர் எட்டு. சும்மா பிடிவாதம் பிடிக்காதே. உன் பேச்சை நீக்கிவிடுவது ரொம்பச் சுலபம் நீக்கிவிடவா?'

'வேண்டாம். இறுதி மூச்சு.. இல்லை இறுதி க்ளாக் துடிப்பு வரை பேசிக்கொண்டிருக்க விரும்புகிறேன்.'

'ஏதாவது படி. எமிலி டிக்கின்ஸன் பிடிக்குமே, படியேன்.' அப்பா புத்தகத்தை என்னிடம் கொடுத்துவிட்டு ஒரு க்ரைவருடன் வந்தார். 'அப்பா, உங்களிடம் ஒன்று சொல்ல விரும்புகிறேன்.'

'என்ன?' என்றார். என் ஃபாஸ்னர்ஸை ஒவ்வொன்றாகத் திறந்த போது விர்க் விர்க் என்று சப்தம் எழுந்தது.

'அப்பா, என்னை உருவாக்கியவர் நீங்கள். எனக்கு அல்லாய் நகமும், ஸின்தெட்டிக் சதையும், சென்ஸார் சந்தோஷங்களும் கொடுத்த சிருஷ்டி கர்த்தா நீங்கள். ஏறக்குறைய என்னை எல்லா மனித உணர்ச்சிகளையும் அனுபவிக்கவைத்துவிட்டீர். ஒரு 'ஸைபோர்கு'க்கு இத்தனை உணர்ச்சிகள் அதிகம்தான். அனுபவங்களும் நிறையவே தந்துவிட்டீர்கள் அப்பா. அதுக்காக உங்களுக்கு நன்றி செலுத்தவேண்டும். ஆனால் ஒரே ஒரு உணர்ச்சியை மட்டும் நான் இன்னும் சந்திக்கவில்லை.'

அப்பா என் மார் முனைகளையும் காதுகளின் மேலண்ணத்தையும் மூக்கையும் கழற்றிப் படுக்கையில் வைத்தார். 'என்ன உணர்ச்சி வேணும்? சீக்கிரம் சொல்லிவிடு. இன்னும் பத்து நிமிஷம்தான் உனக்கு வாழ்வு.'

'துரோகம் இன்னும் செய்யவில்லை.'

'யாருக்கு, எதற்கு?'

'என்னைச் சிருஷ்டித்த உங்களுக்கு செய்நன்றி இன்னும் கொல்லவில்லை!'

'அது எப்படி ஏற்பாடு செய்யறது? யோசிக்கிறேன் இரு. அதற்குப் புரோக்ராம் இருக்கிறதா பார்க்கலாம். துரோகம்? ம்ம்?'

'என்னைச் சிருஷ்டித்த அப்பாவையே கொல்றது மகா துரோக மில்லையாப்பா?'

'ஆமாம்! ஆனா நீ என்னைக் கொல்லமாட்டியே. அதானே பார்க்கிறேன்.'

நான் அப்பாவின் கழுத்தில் என் விரல்களை அழுத்துமுன், அவர் கொடுத்த புத்தகத்தின் வரிகள் துல்லியமாக ஞாபகம் வந்தன.

'ஷ்ட்ராங்குலேஷன் என்பது கழுத்தை ஒரு கயிற்றாலோ அல்லது மற்ற முறையிலோ இறுக்கும்போது ஏற்படும் மரணம். இதற்காக விரல்களைப் பயன்படுத்தும்போது இதை த்ராட்லிங் என்று சொல்வர்.'

அப்பாவின் கழுத்தைப் பிடித்து அழுத்த, அவர்...

'திவா! இல்லை! இந்தச் செய்கை உன் அமைப்பில் இல்லை! இது தப்பு! நான் உனக்குச் சொல்லித்தரவே இல்லை!' என்றார்.

'அப்பா, நான் சிலது கற்றுக்கொண்டு விட்டேன்' என்று என் இரண்டு பாலிகார்பன் கட்டை விரல்களால் அவர் கழுத்தை அழுத்தின இடத்தில் தெளிய அடையாளம் தெரிந்தது. அப்பாவால் அதற்குமேல் பேச முடியாமல் காற்றுக்குத் திண்டாடினார். முகம் கொஞ்சம் ஸயனோஸின் ஆகி, காற்றுக் குழல் முழுவதும் மூடாததால் வாய், மூக்கு, காது வழியாக நிஜ ரத்தம் வழிந்தது. கைகள் மூடிக்கொண்டன. இந்த முறையில் அதிகம் வலியிருக்காது என்று படித்திருக்கிறேன். அப்பா இறக்கும்போது லேசாகச் சிரித்தார். 'திவா! டிஜிட்டல் வர்ச்சுவல் அனிமல்!'

கிழே விழுந்தவரை காலையில் அப்புறப்படுத்தலாம் என்று படுக்கையில் களைத்து விழுந்தேன். என் மூக்கையும் மார் முனைகளையும் காதுகளையும் பொருத்திக்கொண்டு குழந்தை போல நிம்மதியாகத் தூங்கினேன்.

8
மஞ்சள் ரத்தம்

ஞாயிற்றுக்கிழமை காலை மூர்த்தி அவளை அழைத்து வந்தான். சம்பிரதாய அறிமுகமில்லாமல், 'ராமு, இவ பேரு சத்யா. மாதம் பூரா இவ உன்கூட இருக்கப் போறா.'

அவன் அழைத்து வந்த பெண்ணுக்கு பத்தொன்பது வயசு இருக்கும். கலைந்த தலை, தீவிரமான தோற்றம், சகல சொத்து களும் முதுகுச் சுமையில் அடங்கி இருந்தது. என்னைப் பார்த்துச் சிரிக்கவும் இல்லை. முறைக்கவும் இல்லை. நின்று கொண்டிருக்கும்போதே புத்தகம் படித்துக்கொண்டிருந்தாள்.

'சத்யா, இதுதான் ராமு. நான் சொன்னேனே, இங்கதான் நீ இருக்கப்போறே' என்றான்.

'எனக்கு இதில ஏதாவது உரிமை இருக்கா என்ன? என் ரூமைக் காட்டினா அங்க போறேன்' என்றாள் அந்தப் பெண்.

மூர்த்தி என்னைச் சற்று தர்மசங்கடமாகப் பார்த்தான். 'அவ ஒரு மாதிரி' என்றான். மூர்த்தியைத் தனியாக அழைத்து 'மூர்த்தி, நீ செய்யற காரியம் உனக்கே நல்லா இருக்கா?'

'நீதானே சொன்னே. உன் மனைவி பிரசவத்துக்கு போயிருக்கா. சில மாதங்களுக்கு யாரும் இருக்கமாட்டான்னு. கம்பெனிக்காக யாரையாவது அனுப்புன்னு.'

'அதுக்காக இந்த மாதிரி சிடுமூஞ்சி பெண்ணையா சொன்னேன்?'

'ஏன், இவளுக்கு என்ன?'

'என்ன மூர்த்தி, அவளைப் பார்த்தா ஒரு மாதிரி இல்லை?'

மூர்த்தி என்னை நிதானமாகப் பார்த்து, 'ராமு, நீ.. நீ.. எப்படி முடிவெடுக்க முடியும்? அவளோடு ஒரு வார்த்தை பேசியிருக்கியா இதுவரைக்கும்? பேசிப் பாரு.'

'தோற்றத்தைப் பார்த்தாலே தெரியவில்லையா?'

'என்ன தெரியுது?'

'ஒரு மாதிரின்னு.'

'ஒரு மாதிரின்னா என்ன? புரியலை. நான் வேணா சொல்லிர்றேன். சுத்தமா குளிக்கும்படி. ராமு. நான் ஒரு இக்கட்டில் இருக்கேன். எக்ஸ்சேஞ்ச் புரொக்ராம்படி இவளை என் வீட்டுக்கு அனுப்பியிருக்காங்க. எனக்கு இப்ப இக்கட்டான நிலை. என் மாமனார் பரிவாரத்தோட கண் ஆப்பரேஷனுக்கு வந்திருக்கார். அதனால வீட்ல இடம் இல்லை. அரசாங்கத்துக்கு இவளை சேர்த்துக்கறதா ஒப்புத்துக்கிட்டேன். அதனால நீ இவளை ஒரு மாதம் சகிச்சுக்கிட்டா போதும். எப்பப் பார்த்தாலும் புஸ்தகம் படிப்பாளாம். இவளால தொந்தரவு எதும் இருக்காது.' அவளை இங்கிருந்து பார்த்தேன். நின்றுகொண்டு புத்தகம் படித்துக்கொண்டிருந்தாள்.

'இவ யாரு?'

'ஏதோ அரசாங்க ஆராய்ச்சிக்கு முக்கியமா தேவைப்படறா. முக்கியமான ஆப்ஸர்வேஷனுக்கு முந்தி ஓரியண்டேஷனுக்கு அனுப்ப போறாங்களாம். கொஞ்சம் பேச்சுக் கொடுத்துப் பாரு. நல்ல புத்திசாலிதான். என்ன, கொஞ்சம் பேச்சு கம்மி, அவ்வளவுதான். சாப்பாடு எல்லாம் வெளிய போய் சாப்பிட்டுப்பா. மாடி சாவி கொடு போதும். அப்புறம் இவளால எந்தத் தொந்தரவும் இருக்காது.'

'சோப்புக்கே செலவாகும் போல இருக்கே. நாமெல்லாம் எத்தனை சுத்தமான பிரஜைங்க.'

'எல்லாம் சரியா போய்டும் ராமு. தயவுசெய்து என்னை இந்த இக்கட்டிலிருந்து காப்பாத்தினே, உனக்கு பிரதியுதவி..'

'தேவையில்லை, நண்பர்களுக்குள்ள என்ன?' என்றேன்.

மூர்த்தி போனதும் அவளை அழைத்து மாடி ரூமைக் காட்டினேன்.

அவள் உள்ளே நுழைந்து படுக்கையில் படுத்துக்கொண்டு படிப்பதைத் தொடர்ந்தாள். கையில் ஒரு குடை வைத்திருந்தாள். இந்த ஊர்ல மழையே கிடையாதே. குடை எதுக்கு?

'சாப்பிட ஏதாவது இருக்குமா?' என்றாள்.

'எங்க சாப்பாடு உனக்குப் பிடிக்குமா?' என்றேன் சாமர்த்தியமாக.

'வேற வழி' என்றாள் சத்தமாக. நான் அறையைவிட்டு விலகக் காத்திருந்தாள்.

மூர்த்தி சொன்னதுபோல் அவளால் எந்தத் தொந்தரவும் இல்லை. மாடியில் இருக்கிறாளா என்று சந்தேகம் ஏற்பட்டது. சின்ன சப்தம் கூட வரவில்லை. ஒருமுறை மாடிக்குப் போய்ப் பார்த்த போது மிகமிக நிசப்தமாக இருந்தது. இவள் என்ன இப்படியா தூங்குவாள் என்று கதவைத் தட்டிப் பார்த்தேன். பதிலே இல்லை.

நீண்ட நேரம் தட்டின பிற்பாடு.. எனக்கு அவள் தூங்கிய விதம் வினோதமாக இருந்தது. ஒரு சலனமும் இல்லாமல் இப்படியா செத்த பிணம் போல.. இல்லை ஏதாவது மருந்தின் விளைவா?

யார் இந்த அன்னியள்?

காலை அவள் இறங்கி வந்தபோது புன்னகைக்கவில்லை. செய்தித்தாளை அவளிடத்தில் கொடுத்தேன். அவள் அதைப் படிக்கவில்லை. அதனால் தன் காலணிகளைச் சுத்தம் செய்து கொண்டாள்.

'உங்கள் செய்திகளில் இஷ்டமில்லை' என்றாள்.

'உங்கள் செய்தி!'

'பின் என்ன செய்தித்தாள் வேண்டும்?' என்று கேட்டேன்.

'எதும் வேண்டாம் எனக்கு' என்றாள்.

'என்ன சாப்பிடுகிறாய்?' என்றேன்.

'நான் இனி இங்கே சாப்பிடப் போவதில்லை. காண்டீனில் எனக்கு ஏற்ற உணவு தருவதாகச் சொல்லியிருக்கிறார்கள். கிடைக்கும்' என்றாள்.

'என்ன மாதிரியான உணவு? சொல், நான் ஏற்பாடு செய்கிறேன்.'

'வேண்டாம்.'

ஏன் தன் உணவு பழக்கத்தை என்னிடம் சொல்லமாட்டேன் என்கிறாள்?

காலை மேசை மேல் போட்டுக்கொண்டு புத்தகம் படித்தாள். 'கெடல் எஷர் பாக்.. சென்ற நூற்றாண்டு புத்தகமா?' என்றேன். கவனிக்காமல் நிதானமாகப் படித்தாள்.

'உன் சொந்த ஊர் எது சத்யா?' என்றேன்.

'இந்த ஊர் இல்லை.'

'வேற்று கிரகமா?' என்றேன். அவள் என்னை நிமிர்ந்து பார்த்து, 'அந்தரங்கமான கேள்விகளுக்கு நான் பதில் சொல்ல வேண்டிய கட்டாயமில்லை.'

அவள் செய்யும் காரியங்கள் எல்லாம் ஒருவாறு நம்மிடமிருந்து வித்தியாசப்பட்டது போல இருந்தது. பேச்சு, நடை, உடை, பாவனை எல்லாமே நிச்சயம் இவள் நம்மவள் இல்லையென்ற சந்தேகத்தை விதைத்தது என்னுள். படிக்கும் புத்தகங்கள் நம்மிலிருந்து வேறுபட்டவை. பேச்சு வார்த்தைகளில் 'விடை இறுக்க', 'பயன்பாடு', 'துல்லியம்' போன்ற வார்த்தைகள் பயன் படுத்தினாள். யார் இவள்? எப்படி அதைத் தீர்மானமாகக் கண்டு பிடிப்பது? பிடி கொடுத்தே பேசமாட்டேன் என்கிறாளே. என் ஆர்வம் அதிகரித்தது. கைகால்களை முழுவதும் மறைத்து ஏன் உடையணிகிறாள்? பேசும் போதெல்லாம் தலையையும் புஜங் களையும் ஏன் இவ்வாறு ஆட்டி ஆட்டிப் பேசுகிறாள். யார் இவள்? கண்டுபிடித்தே ஆகவேண்டும் என்கிற ஜுரம் கொஞ்சம் கொஞ்சமாக ஆர்வமாக அப்புறம் வெறியாக மாறியது. என் ஆராய்ச்சியைத் தொடங்கிவிட்டேன். முதலில் அவளை ஆடை யில்லாமல் பார்க்க விழைந்தேன். இதில் என்னைச் செலுத்தியது ஒருவிதமான விஞ்ஞான ஆர்வமே தவிர, வேறு எந்த விபரீத இச்சையும் இல்லை என்பதை இப்போதே சொல்லிவிடுகிறேன்.

அவளுடைய உள் அங்கங்கள் நம் அங்கங்கள் போல இருக்கின்றனவா என்று தெரிந்துகொள்ளவே இந்த யத்தனம்.

அவள் இரவு ஏழு மணிக்கு அப்புறம், ஆனால் நான் அலுவலகத்திலிருந்து வருவதற்குள் குளிக்கிறாள் என்பதை அறிந்தேன்.

ஒருமுறை குளியல் அறையை ஒட்டியிருக்கும் அறையில், என் மனைவி பழைய துணிகளையெல்லாம் கண்டா முண்டா சாமான்களையெல்லாம் அடுக்கியிருந்தாள். சாதாரண நாள்களில் நான் அந்த அறைக்குள் போனதே இல்லை. அந்த அறைக்கும், குளிக்கும் அறைக்கும் கதவு இருப்பது தெரியும். அன்றைக்கு அரைநாள் விடுமுறை எனக்கு. அதனால் சீக்கிரமே திரும்பிவிட்டேன். மாடியில் அவள் பாடிக்கொண்டே குளிக்கும் சப்தம் கேட்டது. தண்ணீரைத் திறந்துவிட்ட 'சோ'வென்ற சீரான இரைச்சல் கேட்டது. மெல்ல, மிக மெல்ல அந்த அடுத்த அறைக்குள் நுழைந்து சன்னமாக ஒரு இன்ச் அந்தக் கதவைத் திறந்து உள்ளே பார்த்தேன். அவளை மெல்லிய நீராவிப் புகை மறைத்திருந்தது. அவ்வப்போது அவள் உடலின் வேறுவேறு பாகங்கள் ஆவித்திரையினூடே கோடி காட்டியது. இங்கே ஒரு புஜம், அங்கே ஒரு முழங்கால் அழுந்திய வயிறு, மார்பு. எனக்கு அனைத்தும் ஆச்சரியம் அளித்தது. **அவள் பாகங்கள் எதுவும் நம்மைப்போல் இல்லை.** எனக்கு வியர்த்துவிட்டது. இவள் நம்மவள் இல்லை. வேற்று கிரகத்து பிரஜை என்பது திட்டவட்டமாகத் தெரிந்துவிட்டது. சற்று நேரத்தில் குளித்து முடித்துத் தன் உடைகளை மேலே போர்த்திக்கொண்டிருந்தவள், சட்டென்று எதிர்பாராமல் அந்தக் கதவருகே வந்து சரேல் என்று திறந்து 'எனக்குத் தெரியும் இந்த மாதிரி ஏதாவது நடக்கும் என்று. என் உள்ளுக்குள் தெரிந்துவிட்டது! உணர்வு சொல்லிவிட்டது, உனக்கு வெட்கமாக இல்லையா? ஒரு பெண் குளிப்பதை மறைந்திருந்து பார்ப்பது எத்தனை கேவலம்? இந்த முறை உன்னை மன்னித்தேன். அடுத்த முறை இம்மாதிரி நடந்தால் உன் மேற்பார்வை அதிகாரிக்குச் சொல்ல வேண்டிவரும்' என்றாள்.

எனக்கு அவமானமாக இருந்தது. 'இனி இவ்வாறு நடக்காது' என்று சொல்லிவிட்டு வந்தேன்.

ஆனால் என் ஆர்வம் தணியவில்லை. கேவலம் இந்தப் பெண்! வேற்று கிரகத்துப் பெண் என்பது எனக்கு முழுவதும் தெரிந்ததா? இவளிடம் நாம் ஏமாறுவதா என்று என் நண்பன் தணிகையிடம்

சொன்னேன். 'எப்படிச் சொல்கிறாய் அவள் வேற்று கிரகத்துப் பெண் என்று?' தணிகை எதிலும் சந்தேகன்.

'குளிக்கும்போது பார்த்துவிட்டேன் தணி! அங்கங்கள் எல்லாம் நம் மாதிரியே இல்லை.'

'அதனால் வேற்று கிரகம் என்று சொல்ல முடியாது. நம்மில் எத்தனையோ வகை!'

'பின் எப்படிச் சொல்ல முடியும் என்கிறாய்?'

'ஒரே ஒரு வழி, ரத்தப் பரிசோதனை. அவளைக் கத்தியால் கீறிப் பார்ப்பதுதான். ரத்தம் வருகிறதா இல்லையா என்று கண்டு பிடிக்க வேண்டும்.' தணிகை தன் அலமாரிக்குச் சென்று பளபளப் பான சிறிய கத்தி ஒன்றை எடுத்து 'இதை அவள் முதுகில் அல்லது முழங்காலில், கழுத்தில் கீறாதே. மற்ற எந்த இடத்திலாவது கீறிப் பார். வலி அதிகம் இருக்காது. அதன் கூர்மை அப்படிப்பட்டது. மிக மெலிதாகத்தான் சருமங்களைக் கீறும். நம் ஸர்ஜன்கள் பயன்படுத்தும் லேசர் விளிம்பு கத்தி இது.'

அவன் அந்த அருமையான கத்தியை ஒரு சின்ன உறைக்குள் போட்டுக் கொடுத்தான். அதை வாங்கிக் கொள்ளத் தயங்கினேன்.

'பயமாக இருக்கிறது.'

'ஒன்று செய்து பார். அவள் நெஞ்சில் கை வைத்துப் பார். ஏதாவது அடித்துக்கொள்கிறதா? க்ளக் எதாவது இருக்கிறதா பார்த்துவிடு. அதைவிடக் கீறிப் பார்த்துவிடுவதுதான் உத்தமம். ரத்தம் உத்தர வாதமாகக் காட்டிக் கொடுத்துவிடும்.'

'அவள் பயத்தில் சப்தம் போட்டு அதிகாரிகளுக்கு புகார் கொடுத் தால்?'

'கொடுப்பாளா?'

'ஆம். சண்டைக்காரி. குளிக்கும்போது பார்த்ததற்கே ரொம்ப ரகளை செய்தாள்.'

'ஆர்வம் இருப்பவர்களுக்கு தைரியம் வேண்டும். எப்படியாவது ஏதாவது விபத்து போலக்கூட ஏற்பாடு செய்து கீறிப் பார்த்துவிடலாம். இல்லை தூங்கும்போது கீறிப்பார்க்கலாம். இல்லை, என்னை

அழைத்தால் நான் உத்தமமாகக் காரியத்தை முடிக்கிறேன். நீ பிடித்துக்கொள். நான் கீறுகிறேன். பெண்தானே!'

'இல்லை தணிகை. முதலில் நீ அவளுடன் பேசிப்பார். அதன்பின் இந்தக் கீறல் சமாசாரமெல்லாம் வைத்துக்கொள்ளலாம்' என்றேன்.

தணிகை சிரித்தான். 'சரி' என்றான்.

பத்தாம் தேதி தணிகை வீட்டுக்கு வந்தான். பெட்டியில் நியூஸ் போட்டுப் பார்த்தான். மற்றொரு கப்பல் நிறைய முன்னூறு பேர் அகதிகளாக அனுமதிக்கப்பட்டிருக்கிறார்கள் என்று, அவர்கள் ராக்கெட் தளத்தில் வந்து இறங்கும் காட்சியையும், மேயர் அவர்களை வரவேற்பதையும் காட்டினார்கள்.

'இந்த கதியில் இவர்கள் சனத்தொகை அதிகரித்துவிடும்போல இருக்கிறதே!' என்றான்.

'கட்டுப்பாடாகத்தான் செய்கிறார்கள். வீட்டு வேலைக்குத் தேவைப்படுகிறார்களே!' என்றேன்.

அப்போது அந்தப் பெண் சத்யா உள்ளே வந்தாள். 'சத்யா ஒரு நிமிஷம், இது தணிகை, என் நண்பன்.'

சத்யா அவனை உணர்ச்சியில்லாமல் பார்த்து 'ஹலோ' என்றாள். மாடிக்குப் புறப்பட்டாள்.

'உன்னுடன் பேச வந்திருக்கிறான்.'

'மன்னிக்கவும். நான் பேசும் நிலையில் இல்லை. வினோதர்க ளுடன் பேச எனக்கு இஷ்டமில்லை.'

எனக்குக் கோபம் வந்து தணிகையைப் பார்த்தபோது, அவன் என்னைச் சைகையால் நிறுத்தினான்.

'சத்யா, உனக்கு ஏதாவது உதவி வேண்டுமா?' என்றான்.

அவள் கண்கள் சற்று விரிந்தன. 'என்ன உதவி?'

'இங்கிருந்து தப்பிக்க.'

'இங்கிருந்து தப்பிக்க முடியாது. எனக்குத் தெரியும். நீ அரசாங்க ஒற்றன்.'

அவள் அலட்சியமாகப் புறப்பட, தணிகை அவள் கையைப் பிடித்தான்.

'விடு என் கையை' என்றாள். அவள் முகம் வெளிறியது.

'உனக்குள்ளே என்ன ரத்தம் இருக்கிறது என்று பார்த்தே ஆக வேண்டும். நீ மனுஷியா, மிஷினா? உனக்குள் ஓடுவது என்ன? ரத்தமா, இல்லை வேறு ஏதாவது ஸிலிக்கோன் திரவமா! பார்த்தே ஆகவேண்டும். ராமு, எடு கத்தியை!'

'விடு வலிக்கிறது.'

'இந்த வலி என்பது செயற்கை வலியா, இயற்கை வலியா? தெரிய வேண்டும்.'

'ப்ளீஸ், விடு' என்று அவள் கண்களில் கண்ணீர் தெரிந்தது.

'இந்தக் கண்ணீர் சின்தெட்டிக்கா இல்லை இயற்கையா?'

கத்தி, வெளிச்சத்தில் ஒரு செகண்டுக்கு மின்னல் அடித்து அவள் மென்மையான கன்னத்தில் பிரதிபலித்தது.

'வேண்டாம், என்னைக் கொல்லாதே.'

'கொல்லவில்லை, ஒரு சின்ன வெட்டு, ஒரு சொட்டு ரத்தப் பரிசோதனை. உன் ரத்தம் என்ன நிறம்? சிவப்பா அல்லது எங்கள் நோரா கிரகத்து பிரஜைகள் போல மஞ்சளா? அவ்வளவுதான் தெரியவேண்டும்!'

அவள் அலறினாள். 'வேண்டாம், வேண்டாம், சொல்கிறேன். நான் பூமியைச் சேர்ந்தவள். மனுஷி. என் ரத்த நிறம் சிவப்பு. அடிமைக் கப்பலில் வந்தவள்' என்றாள். அதற்குள் லேசாகக் காயம்பட்டு அவள் கன்னத்தில் ஒரு ரத்த முத்து புறப்பட்டது. சிவப்பாக.

9

வாசனை

1

சுரேஷ் வீட்டுக்கு வந்ததும் மிகுந்த உற்சாகத்துடன் இருந்தான். 'பெண் பார்க்கப் போகிறேன்' என்றான்.

ப்ரவீண் ஆச்சரியத்துடன், 'அட, எப்போது?' என்றான். 'என்னையும் கூட்டிச் செல் சுரேஷ்' என்று கெஞ்சினான்.

சுரேஷ் தன்னிடம் இருக்கும் அனுமதிச் சீட்டைக் காட்டினான்.

'ஒருவருக்கு மட்டும்தான் அனுமதி.'

ப்ரவீணுக்கு ஏமாற்றமாக இருந்தது.

'நான் உன் உயிர் நண்பன் இல்லையா? எப்படி என்னை விட்டு விட்டு உனக்கு மட்டும் அனுமதி கேட்டிருக்கிறாய்?' என்றான்.

சுரேஷ், 'என்னை மன்னித்துவிடுடா. இந்த அனுமதிக்கு எழுதிப் போட்டபோது நீ என்னுடன் இல்லை. நீ இங்கு வந்ததே போன மாதம் பிதம்பரில்தானே. நாற்பத்தி எட்டாம் தேதி.. சரவருஷம், நன்றாக ஞாபகம் இருக்கிறது.'

ப்ரவீண் வந்தது நன்றாகத்தான் ஞாபகமிருந்தது. ப்ரவீண் சுரேஷுக்கு சகாவாகக் கிடைத்தது ரொம்ப ஆச்சரியம்;

அதிர்ஷ்டம் என்றுதான் சொல்வான். இந்த வினோத நவா தேசத்தில் சகாக்கள் சரியாக அமைவது கஷ்டம். ப்ரவீண் வருவதற்கு முன் திவா என்று ஒருத்தன் சதாசர்வ காலமும் அழுது கொண்டிருப்பான், இல்லை, மீட்டு என்று ஒரு வாத்தியம் வாசித்துக்கொண்டிருப்பான். அவனுக்கு பதில் அது அழும்.

ப்ரவீணுக்கும் சுரேஷுக்கும் எல்லா விருப்பு வெறுப்புகளும் ஒத்துப்போயின. ப்ரவீணுக்கு ரீம் பிடிக்கும். புத்தகங்களை நிரடப் பிடிக்கும். போகம் பிடிக்கும். விரல் விளையாட்டுப் பிடிக்கும். ஒவிரான் பிடிக்கும். எல்லாப் பெண்களும் பிடிக்கும். ஜேவ் ஆட்டம் பிடிக்காது.

பெண்களைப் பற்றி நிறையப் பேசியிருக்கிறார்கள்.

சுரேஷ் சொல்லியிருக்கிறான்..'ப்ரவீண், என் வாழ்க்கை முடிவதற்குள் ஒரு பெண்மையாவது பார்த்தாக வேண்டும். அது என் முக்கியமான இச்சை.'

'எனக்கும் அதுதான் இச்சை சுரேஷ். அவர்கள் மார்பு நிஜ மார்பாம். ஸ்டைரோவில் செய்ததில்லை. அவர்கள் சிரிப்பு நிஜ சிரிப்பு. ஸின்த்ரானில் அமைக்கப்பட்டதல்ல. நிஜப்பெண்ணில் ஒருத்தியைப் பார்க்கவேண்டும். தொட்டுப் பார்க்கவேண்டும். எனக்கு அனுமதி கிடைத்தது மிக மிக அதிர்ஷ்டம்.'

'ஆம், உலகத்திலேயே மொத்தம் எத்தனை பெண்கள்?'

'ஒன்பது பேராம். அவர்களைக் கண்காட்சிச் சாலைகளில்தான், சில தினங்களில்தான் பார்க்க முடியும்!'

சுரேஷ் அனுமதிச் சீட்டை உற்றுப் பார்த்தான். 'இந்தச் சீட்டில் சற்று மாற்றம் செய்தால் ஒரு ஆள் அனுமதியை இரண்டு ஆள் அனுமதியாக மாற்ற முடியும்' என்றான் உற்சாகமாக.

'எப்படி?'

'பார், அனு *1-2*' என்பதில் இரண்டை அழித்திருக்கும் கோடு மெலிசாக இருக்கிறது. டீம் போட்டு நீக்கிவிடலாம்.'

'கைது செய்துவிடுவார்கள். கணினி அனுமதிக்காது.'

'முயற்சி செய்யலாம். எதற்கும் நீ வாயேன் என்னுடன். அனு மதித்தால் உள்ளே வா! இல்லையேல் வாசலில் காத்திரு. நான் என் அனுபவத்தைப் படம் எடுத்துச் சொல்கிறேன்.'

‘தொட முடியுமா?’

‘அனுமதிப்பார்களாம். காவலனுக்கு ஐந்து பட்டா கூடக் கொடுத் தால் போதுமாம். போன வருஷம் போனவர்கள் சொன்னார்கள். முன்பெல்லாம் தொடவிட்டார்களாம்.’

‘தொட்டுத் தொட்டுக் கனிந்து போய்விட்டதாம் தேகம். அதும் மார்பு. நிஜப் பெண்ணல்லவா! நிஜம். நிஜம்.’

‘ப்ரவீண்! உலகத்தில் எஞ்சியுள்ள ஒன்பது பெண்களில் ஒருத்தியைப் பார்ப்பதே பாக்கியம்!’

ப்ரவீண் தலை அசைத்தான். என்னதான் செயற்கைப் பெண்கள் இருந்தாலும் இயற்கையான பெண்களிடம் ஒரு தனி மவுசு. தனி அடையாளம், தனி வாசனை இருக்கத்தான்வேண்டும்.

நிவா தேசத்தில் பெண்களைப் பற்றிப் பலவித வதந்திகள் இருந்தன. பூமியிலிருந்து பூமியில் 22-ம் நூற்றாண்டில் பிரிந்து வந்தவர்கள் ஸ்தாபித்த கிரகத்தில் ஆரம்ப சரித்திரத்தில் பலவிதக் குழப்பங்களும், தகவல் தப்புகளும் இருப்பினும், மனிதர்கள் நிறுவிய கிரகம்.

அதன் காற்றற்ற சூழலை மாற்றி, சுவாசிக்கக் காற்றுப் படைத்து, பருவங்கள் அமைத்து, பூமியின் தப்புகளிலிருந்து விடுபெற்று இந்த உன்னத சுபிட்ச கிரகத்தை - உத்தம வாழ்க்கையை அமைத்ததில் ஏற்பட்ட ஒரே ஒரு தப்பு.. அசெக்ஷுவல் பிறப்பு கள்தாம். ஒரு பெண்ணால் காதலில் ஏமாற்றமுற்ற ஒரு அதிபதி - முதலாம் ராஜமானன் பணித்த விஞ்ஞான ஆராய்ச்சி..

‘எனக்கு இத்தனை துன்பமும் சோகமும் தந்த பெண்களே நம் கிரகத்தில் தேவை இல்லை’ என்று ஜெனட்டிக் ஆராய்ச்சியாளர் களை ஏவி, பிறப்பின் டி.என்.ஏ. ரகசியத்தைப் பிரித்துப் பார்த்து, க்ரோமோ ஸோம்களுக்கு தக்க தருணத்தில் செய்து தந்து, கர்ப்பவாசமில்லாமல், வேண்டுமென்றபோது அஜெலாவில் (அரசு ஜெனட்டிக் லாபில்) கணக்கிடப்பட்டு அரசால் கட்டுப் படுத்தப்பட்ட பிறப்பு..

சுபிட்சம். எல்லோரும் சமம். மனித இனத்தில் எவரும் பிள்ளைப் பேறு என்னும் அநியாயச் சுமையைத் தாங்க வேண்டியதில்லை.

ஒரே ஒரு சிக்கல். அத்தனை பேரும் ஆண்கள்! ஆண்களின் உலகம். அந்த அசெக்ஷுவல் முறையில் இதுதான் குறை.

அதனால் செயற்கைப் பெண்கள், செயற்கை செக்ஸ், செயற்கை குரல்கள், செயற்கை சரசங்கள் - அத்தனையும் இருந்தும் அதில் கிடைத்த சந்தோஷங்களில் ஒருவிதமான அதிருப்தி ஜரிகை யிட்டிருந்தது.

தடை செய்யப்பட்ட உறவு முறைகளினால் பெண்களின் ஜனத்தொகை மளமளவென்று சரிந்து போய், பெண் என்னும் இனமே அழிவின் விளிம்பில் இருக்கும் இனம் என்று அரசு அறிவித்து, உலகில் மிச்சமிருக்கும் பெண்களின் தொகையைக் கணக்கிட்டபோது, மிகவும் தாமதமாகிப்போய், இறுதியில் இந்த உலகின் நாற்பது லட்சம் மக்களில் அரசுக் கணக்குப்படி ஒன்பதே பெண்கள்! அதுவும் அபாய எல்லையில் உள்ள இனமாக அறிவிக்கப்பட்டு, அவர்கள் பத்திரமாக அரசின் உச்சப் பாது காப்பு நிலையத்தில் மக்களின் சலனத்திலிருந்து பாதுகாக்கப் பட்டு, அமோகமான தனிமையில் மிகமிக செல்லமாக வளர்க்கப் பட்டு, வருஷத்துக்கு ஒரு முறை அல்லது இருமுறை மக்களுக்குக் காட்சியாகக் காட்டப்படுகிறார்கள். அந்தக் காட்சிகளையும் சீக்கிரமே தடை செய்யப்போகிறார்கள் என்று வதந்தி.

சுரேஷும் ப்ரவீணும் சென்றபோது க்யூ வரிசை ரெக்ஸ் சதுக்கத் திலிருந்து ஆவாரம் தெருவரை ஏறக்குறைய மூன்று வேலம் நீளமிருந்தது. பற்பல திண்டண்டங்கள், ஜேவ் பானங்கள் பரபரப் பாக விற்பனை ஆகிக்கொண்டிருந்தன. டாக்ஸிகளில் அவ்வப் போது வானிலிருந்து வந்து இறங்கி க்யூவில் தொடர்ந்து நின்று கொண்டிருந்தனர்.

வரிசை நீண்டுகொண்டே போக, பரபரப்பாக அந்த நிஜப் பெண்ணின் படம் விற்பனையாகிக்கொண்டிருந்தது. அந்தப் பெண் பெயர் இந்திராவாம். 'இந்திரா', 'இந்திரா' என்று அவ்வப் போது ஆரவாரம் வானத்தைத் துளைத்தது.

சுரேஷ் ஒரு பாக்கெட் ஸில் வாங்கிக்கொண்டு ப்ரவீணுக்கும் தந்தான். 'இன்னும் ஒரு சொம்பு நேரம் ஆகும் என்று தோன்று கிறது. வாசலில் அடிதடி!' என்றான்.

'ஏன்?'

'இதுதான் இந்த வருஷத்தில் இறுதிக் காட்சியாம். இனிமேல் பெண்ணைக் காட்டமாட்டார்கள் என்று பேச்சு. அதனால்தான் கூட்டம் அலைமோதுகிறது. இங்கிருந்து துவாரப் பூங்கா வரை

சென்று மடங்கி வருகிறது வரிசை. என்னை உன் அட்டையில் அனுமதிக்க மாட்டார்கள். நான் போகிறேன்' என்றான் ப்ரவீண்.

2

'இருடா! இங்கே அதிகம் சோதனை பலமில்லை. கூட்ட நெருக்கடியில் உள் நுழைந்துவிடலாம்.'

மெல்ல.. மிக மெல்ல க்யூ நடந்தது. சுரேஷுக்கு முன்னே இருப்பவன் அரசாங்க தியானியாம். இதற்கென்றே முழு நாளும் லீவு போட்டுவிட்டு வந்திருக்கிறான். அவன் சுரேஷிடமும், ப்ரவீணிடமும் ரகசியமாக, 'மொத்தம் ஒன்பது பெண்தான் என்பது தப்பு. எனக்குத் தெரிந்தவன், இந்த ஊரிலேயே நூறு பெண்கள் இருப்பதாகச் சொன்னான்.'

'நூறா!'

'ஆம் நூறு! சத்தம் போட்டுப் பேசாதே!'

'எங்க அவர்கள்?' என்றான் ப்ரவீண்.

'மறைந்திருக்கிறார்கள்.'

'ஏன் மறைந்து வாழவேண்டும்?'

'பயம்.'

'அரசு பாதுகாக்குமே அவர்களை!'

'பாதுகாக்கும். ஆனால் இம்மாதிரி கண்ணாடிச் சிறைக்குள் வைத்துக் கண்காட்சியில் கண் சிமிட்டும் காட்சிப் பொருளாக ஆக்கிவிடுவார்கள் என்கிற பயம்.'

'அதனால்..'

'அதனால் இந்த சுதந்தரப் பெண்கள் நவாபின் ஆண் பிரஜைபோல மிகச் சாமர்த்தியமாக உடை அணிந்து, குரல் அணிந்து, யாராலும் பெண் என்று கண்டுபிடிக்க முடியாதபடி இரண்டறக் கலந்து இருக்கிறார்கள். ஆனால் நிஜப் பெண்கள். இந்த ஊரிலேயே நூறு பேர் இருப்பது என்னவோ சத்தியம்.'

'பொய்!'

‘இல்லை, மெய்.’

‘அவர்களை எப்படிக் கண்டுபிடிப்பது?’

‘கண்டுபிடிக்கவே முடியாது. கண்டுபிடிக்கப்பட்டால் உடனே அவர்களை..’ என்று சொல்லி நிறுத்தினான்.

‘உடனே அவர்களுக்கு என்ன ஆகும்?’

அவன் ஒரு நிறு பற்ற வைத்துக்கொண்டு உறிஞ்சிவிட்டு, ‘இத்தனை வலுவுள்ள ஆண்கள் மத்தியில், நிஜப் பெண் என்றால் என்ன என்றே அறியாத ஆண்களிடம் ஒரு பெண் அகப்பட்டால் என்ன ஆகும்?’

‘பிரிக்கப்படுவாள்’ என்றான் சுரேஷ்.

ப்ரவீண் அந்த வரிசையில் உள்ள அத்தனை ஆண்களையும் பார்த்தான். ஒவ்வொருவரும் அரசாங்க ஊட்டம் பெற்ற வாட்ட சாட்டர்கள். அனைவரும் கையால் கை தொட்டுக் கொண்டு விளையாடிக்கொண்டு கேளிக்கையாக ஒருவரை ஒருவர் தள்ளிக் கொண்டு, சந்தோஷத்தில் அசைந்து கொண்டு.. இவர்களிடம் நிஜப்பெண் அகப்பட்டால் என்ன ஆகும் என்று சிந்தித்துப் பார்க்கவே அச்சமாக இருந்தது.

வரிசையை ஒழுங்குபடுத்தும் அரசாங்கத் தோழன், ‘அமைதி, அமைதி. இந்திராவை நீங்கள் அனைவரும் பார்க்க வாய்ப்பு வரும். அமைதி, அமைதி’ என்று அறிவித்துக்கொண்டே ஜம் சக்கரங்களில் ஊர்ந்தான். ஸோலரை தணித்திருந்தார்கள். உட்கார இடம் இருந்தும் அனைவரும் ஒருவர் முதுகில் ஒருவர் ஒட்டிக் கொண்டுதான் ஊர்ந்தார்கள். பசி, தாகம் இவற்றை ஒத்திப் போட்டிருந்தார்கள். தியானி அவர்களருகே வந்து ரகசியமாக வேண்டுமென்றால் ஏற்பாடு செய்யலாம் என்றார்.

சுரேஷுக்கு ஒரு செயற்கைப் பெண்ணுடன் நடனமாடிய அனுபவம் ஞாபகம் வந்தது.

‘உன் மார்பகம் எத்தனை மென்மையானது.’

‘இந்தா, தொட்டுப்பார்’ என்று கழற்றிக் கொடுத்தாள். அந்தக் கணத்திலேயே அவன் காதல் எண்ணங்கள் அனைத்தும் மடிந்தன.

செயற்கைப் பெண்கள், பொம்மைகள். இந்திரா நிஜப்பெண். ஐந்து பட்டா அதிகம் கொடுத்தால் தொடவிடுவார்கள் என்ற வதந்தியும் உலவியது.

வரிசை மெல்ல நகர்ந்தது. ப்ரவீண் மிகவும் உற்சாகத்துடன், 'ஒருவர் இருவர் என்று பார்ப்பதில்லையாம். அனுமதிச் சீட்டைக்கூட பார்ப்பதில்லையாம். உள்ளே விடுகிறார்களாம். ஆனால் ஒரு ஆளுக்கு 45 துளிதான்.'

'நல்ல வெளிச்சமாக இருக்கிறதாம். போய் வந்தவர்கள் சொல்கிறார்கள். புள் எடுக்க அனுமதிப்பதில்லை. நம் கையில் உள்ள அத்தனை புள் பிடிக்கும் சாதனங்களையும் விட்டுச் செல்ல வேண்டுமாம்!'

'தொடவிடுவார்களா?'

'பத்து பேருக்கு ஒருத்தர் மட்டும். அதுவும் அந்தப் பெண் சம்மதம் கேட்டுத்தானாம்.'

சுரேஷும் ப்ரவீணும் அந்த வாசலுக்கு வந்தபோது சமயம் மாலை எழுபதாகிவிட்டது. தியானி, 'போய்ப் பார்த்துவிட்டு வெளியே வந்ததும் என்னைப் பாருங்கள்' என்றான்.

'எதற்கு?'

'அப்போது சொல்கிறேன்' என்று கண் சிமிட்டினான்! வினோத வார்த்தை ஒன்று சொன்னான்.

வாசனோபாயம்!

'வாசனோபாயம்! என்ன வினோதமான வார்த்தை. அதன் அர்த்தம்?

'வாசனையின் உதவி' என்ற சுரேஷ் அதைப்பற்றி மேலே யோசிக்காமல் அந்தக் கண்ணாடிக் கதவு திறந்து கொள்ள, உள்ளே அரை வட்டக் கூரைகளிலிருந்து வெளிச்சம் வெள்ளம் போல் பரவி, தூரத்தில் ஒரு கண்ணாடிப் பெட்டிக்குள் அவள் வைக்கப்பட்டிருந்தாள். அவளை அணுகும்போது அந்த அறையில் கடவுள் சன்னிதானத்தை அணுகுவதுபோலச் சூழலில் பக்தியும் மரியாதையும் கலந்திருந்தன. எல்லோரும் மௌனமாக, உலகத்தில் உள்ள ஒன்பது பெண்களில் ஒருத்தியான இந்திராவைக் கிட்டத்தில் பார்க்கச் சென்றபோது ப்ரவீண்,

சுரேஷின் கையைப் பிடித்துக்கொண்டான். அவன் கைகளில் வியர்த்திருந்தது.

'சுரேஷ், எனக்குப் பயமாக இருக்கிறது.'

'என்னடா பயம்?'

'நான் வரவில்லை. நீ போய்ப் பாரு.'

'பைத்தியக்காரா! எதற்குப் பயம்? அவளும் நம் போல மானுடள் தான். அரிதான பெண் வர்க்கம். அவ்வளவுதான். இதற்கு பயம் ஏன்?'

'எனக்கு இவளைக் கண்ணாடி பெட்டிக்குள் வைத்து, எல்லோரும் சுற்றி வந்து வேடிக்கை பார்ப்பது மகாபாவம் என்று தோன்றுகிறது. சுரேஷ் நீ போய்ப் பார்.'

'அட வாடா என்றால்.. நான் தொட்டுப் பார்க்க அனுமதி கேட்டிருக்கிறேன். அதிர்ஷ்டம் இருந்தால் அந்த அனுமதி கிடைக்கும். பத்தில் ஒருத்தனுக்கு.'

ப்ரவீண் தயங்கித்தான் அணுகினான். பின்னால் உள்ளவர்கள் அவனைப் பிடித்துத் தள்ளினார்கள். சுரேஷ் கிட்டே போகும் போது அந்தப் பெண் புத்தகம் படித்துக் கொண்டிருந்தாள். எளிய உடைகள், கால் மேல் கால் போட்டுக் கொண்டிருந்ததில் பளபளப்பான அவள் முழங்கால் பகுதி கொஞ்சம் தெரிந்தது. ரத்தச் சிவப்பு அங்கி அவள் அங்கங்களுடன் ஒன்றியிருந்ததால் உள்ளுக்குள்ளே அவள் எப்படி இருப்பாள் என்பது புரிந்தது. மூக்கு கூர்மையாக இருந்தது. கூண்டுக்கு வெளிப்பட்ட மனிதர் களை அவள் பார்க்கவே இல்லை. பார்க்க முடியாதாம். அவள் தலைமயிர் ஆர்க் வெளிச்சத்தின் சிதறல்களால் ஒளிரக் கொஞ்சம் தேவதைத்தனம் பெற்றிருந்தாள். மக்கள் வியப்பில் ஒல்லென்று போய் அவளைப் பார்த்துக்கொண்டிருந்தார்கள். .

- இவள்தான் நிஜமான பெண்ணா?

- ரத்தம் உண்டாமே?

- எல்லா அங்கங்களும் நிஜமாம். ஸ்டைரோவில் செய்ததல்ல?

- பேசுவாளா?

'இந்திரா இந்திரா கொஞ்சம் இங்கே திரும்புரா!'

'திரும்புரா இல்லை திரும்புரி!'

இந்திரா என்று விசிலடித்தார்கள்.

மந்திரா என்ற ஏழாம் நம்பர் பெண் இவளைவிட அழகானவள். அவள் எதும் கவனிக்காமல் இடம் மாற்றிக்கொண்டு, கால் மாற்றிக்கொள்கையில் அவள் தொடை சற்றே தெரிய, பல பேர் நெஞ்சைப் பிடித்துக்கொண்டார்கள். தொடர்ந்து படித்தாள்.

'ஏமாற்று வேலை. இதற்கா இத்தனை நேரம் வரிசையில் காத்திருந்தோம்!'

'நான் வெளியூரிலிருந்து எலி பிடித்து வருகிறேன். நேற்றுப் புறப்பட்டவன்.'

'நான் என் எல்லா வேலைகளையும் விட்டு வந்திருக்கிறேன். தொட முடியும் என்று சொன்னார்களே?'

அங்கே இருந்த காவலன், 'இப்போதெல்லாம் தொட அனுமதிப்பதில்லை.'

'நீங்கள் தொட்டிருக்கிறீர்களா?' என்று அவர்கள் காவலனை விசாரித்தார்கள்.

'பலமுறை.'

'எல்லா இடத்திலும்?'

'எல்லா இடத்திலும்.'

அவனை ஏதோ பாக்கியவான் போல அனைவரும் பார்த்தார்கள்.

'தொட்டுப் பார்த்தால் எப்படி இருக்கிறாள்?'

'நம்மைப் போலத்தான். என்ன இன்னும் கொஞ்சம் மிருது. அவ்வளவுதான். ம்ம், நகருங்கள், வெளியே லட்சம் பேர் காத்திருக்கிறார்கள்.'

சுரேஷ் நகர மறுத்தான். ப்ரவீண் அவனை இழுத்தான். 'பார்த்தாகி விட்டது. போகலாம்.'

சுரேஷ், 'என் வாழ்நாளில் நிஜப் பெண்ணைத் தொட்டே ஆக வேண்டும் ப்ரவீண்' என்றான், அவன் கைகளைப் பிடித்துக் கொண்டு.

'தொட்டால் மட்டும் நிற்காது என்றுதான் இப்போது தடை விதித்துவிட்டார்கள். இரண்டு ருதுவுக்கு முன் ஒரு தடவை கூண்டில்லாமல் அனுமதிவிட்டு, தொட்டுத் தொட்டுப் பின் அவள் ஆடைகள் கிழிக்கப்பட்டு, காவல் போதாமல் அவள் வீழ்த்தப்பட்டு, பத்துபேர் தொடர்ந்து அவளுடன் போகித்ததில் நிஜரத்தம் கக்கி இறந்து போய்விட்டாள். அரசு மிக மிகக் கோபம் கொண்டு இந்தக் கண்காட்சியையே நிறுத்திவிட்டார்கள். பத்து பேர் ஒன்பது பேரானதில் அவர்களுக்கு மகா வெறுப்பு. இப்போதுதான் மிகுதியான மக்களின் வேண்டுகோளுக்கிணங்கி இந்தக் கண்ணாடி கூண்டில் வைத்து அதி தீவிர காவலுக்குப் பின் ருதுவில் ஒரு தினம் மட்டும் அனுமதி.'

ப்ரவீண் எச்சில் விழுங்கிக்கொண்டான்.

'வா வா போகலாம்' என்று சுரேஷ் இழுத்தான்.

இருவரும் வெளியே வரும்போது தியானி உள்ளே செல்பவர்களிடம், 'வெளியே வந்ததும் என்னைப் பாருங்கள்' என்று சொல்லிக்கொண்டிருந்தான். மக்கள் அவனைக் கவனிக்கவில்லை. கிறுக்கனைப் போல் பார்த்தார்கள். வினோதமான கோப்பை போன்ற தொப்பியும் கழுத்தில் லாடமும் அணிந்திருந்தான் அந்த தியானி. தாடி வளர்த்திருந்தான்.

சுரேஷ் அவனை அணுகி, 'இப்போது சொல், என்ன அந்த வாசனோபாயம்?'

'சொல்கிறேன், பெண் பார்த்தாகிவிட்டதா?'

'ஆம்.'

'ஆச்சு.'

'திருப்தி கிடைத்ததா?'

'இல்லை.'

'என்னுடன் தனியே வா, இது யார்?'

'இது என் சகா. நான் சுரேஷ், இது ப்ரவீண்.'

'ரகசியம் பாதுகாப்பீர்களா?' என்றான் சதிப் பார்வையுடன்.

தியானிக்கு வயது நூற்றிருவது இருக்கலாம். பல ருதுக்கள் பல்வேறு வழிகளில் பிழைக்க முயன்று தோற்றுப் போனவனின் அலுப்பு அவன் தோற்றத்திலிருந்தது.

வரிசையிலிருந்து தள்ளிப்போய்த் தனிக் கூண்டில் ரீம் வாங்கிக் கொண்டு அதில் தன் பையிலிருந்த இரண்டு விதைகளைச் சேர்த்து லபக்கென்று விழுங்கினான்.

'ஒன்பது பெண்கள்தான் என்று அரசு சொல்வது தப்பு. இந்த நகரிலேயே நூற்றுக்கணக்கான பெண்கள் இருக்கிறார்கள். அவர்களைக் கண்டுபிடிப்பதுதான் கஷ்டம். மிகத் திறமையாகத் தங்களுக்குச் செயற்கை உறுப்புகள் பொருத்திக்கொண்டு ஆண்களைப் போலவே வாழ்கிறார்கள். காரணம், அவர்கள் பெண்கள் என்று கண்டுபிடிக்கப்பட்டால் ஆண் பெரும்பான்மை சமுதாயத்தில் அவர்களைப் பங்கு போட்டு ஒரு மாற்றில் உண்டு இல்லை என்று பண்ணி உயிர் நீக்கிவிடுவார்கள். அதனால் அவர்கள் அடையாளங்களை மிகத் திறமையாக மறைத்து வாழ்கிறார்கள்.

'அப்படியா!' என்றான் சுரேஷ் ஆச்சரியத்துடன். 'அவர்களை எப்படிக் கண்டுபிடிப்பது?'

'அதற்குத்தான் வாசனோபாயம்!'

'அப்படியென்றால்?'

தன் பையிலிருந்து சிறிய அட்டையை எடுத்துக் காட்டினான்.

அது ஒரு செயற்காகித விளம்பர அட்டை. அதன் எழுத்துகள் ஒளிர்ந்தன.

'**பெண்களை உத்தரவாதமாகக் கண்டுபிடிக்க ஏற்பட்ட கருவி வாசனோபாயம்.**'

'**பெண்கள் என்னதான் அவர்கள் அடையாளங்களை மறைத்தாலும் அவர்களுக்கென்று ஒரு தனிப்பட்ட ஹார்மோன் வாசனைகள் உண்டு. அவற்றை மிக்க திறமையுடன் அறிந்து, கண்டு சொல்லக் கூடிய கைக்கடக்கமான கருவி வாசனோபாயம்.**'

'எங்கே காட்டு.'

'காட்டுகிறேன், முதலில் விலை பேசுவோம்.'

'எத்தனை?'

'ஐயாயிரம் பட்டா.'

'அடேயப்பா! என்னிடம் அத்தனை பணம் இல்லை.'

'தவணை முறையில் கொடுக்கலாம்.'

'எந்த முறையிலும் அத்தனை பணம் இல்லை.'

'கடன் பெறலாம். அதற்கும் ஏற்பாடு செய்கிறேன்.'

'உள்ளவர்களிடம் விற்றுப் பாரேன்' என்றான் ப்ரவீண்.

'இது தடை செய்யப்பட்ட கண்டுபிடிப்பு. யாரும் வாங்க மறுக்கிறார்கள். உன் பேர் என்ன சொன்னாய்?'

'சுரேஷ்.'

'சுரேஷ். அந்த அனுபவத்தை யோசித்துப் பார். எத்தனை இன்பமான அனுபவம். உனக்கே உனக்கென்று ஒரு நிஜ நாரி. இந்தக் கைக்கடக்கமான பெட்டியை ஒரு ஆளின் திசையில் காட்டினால் போதும். உடனே அதில் சின்னவிளக்கு ஆணா பெண்ணா என்று சொல்லிவிடும். இதில், சிவப்பு விளக்கு எரிந்தால் பெண். பச்சை யென்றால் ஆண். அத்தனை சுலபமான கருவி. என் வாழ்நாள் ஆராய்ச்சியின் பலன்.'

'இருக்கட்டும். ஐயாயிரம் ஜாஸ்திதான்.'

'எத்தனைதான் கொடுப்பாய்?'

'என்னிடம் இருப்பது ஐநூறு. அதுவும் எலக்ட்ரோ ரசீதுகளாக இரு...'

'நீ பரிசோதித்துப் பார்த்துப் பலன் கண்டு பணம் கொடுக்கலாம்.'

'ஐயாயிரம் இல்லையே.'

'சம்பாதி, திருடு. ஐயாயிரத்துக்குக் குறைவில்லை. ஐயாயிரம் கிடைத்தால் என்னை திங்கள் இறுதிக்குள் இந்த விலாசத்தில் வந்து பார்' என்று ஒரு சிறிய எலி டிக்கெட்டின் பின்புறத்தில் விலாசம் குறித்துவிட்டுச் சென்றான் அந்த தியானி.

ப்ரவீண், 'எல்லாமே ஏமாற்று வேலை' என்று சொன்னபோது சுரேஷ், 'ஐயாயிரம் மட்டும் இருந்தால்' என்று கனாக் கண்டான்.

அவன் கனவு சற்றும் எதிர்பாராமல் நனவானது.

3

சுரேஷின் கனவு சற்று எதிர்பாராமல் நனவானது. அதை ப்ரவீணிடம் சொல்ல அவகாசமில்லை. சுரேஷுக்கு சேவா நகரில் ஒரு சித்தப்பா இருந்தார். அவர் ஒரு கடிதம் எழுதி யிருந்தார். எலக்ட்ரோவில்தான்.

'அன்புள்ள சுரேஷ்,

உன் சித்தப்பா அதிக் எழுதிக் கொண்டது. இப்பவும் நீயும் உன் நண்பர்களும் ரோபாட்டு நாய்களும் சௌக்கியம் என்று நம்புகிறேன். நீ அதிகம் செயற்கைப் பெண்களுடன் சகவாசம் வைக்காமல் சுகவாசம் செய்கிறாய் எனவும் நம்புகிறேன்.

சுரேஷ், சமீபத்தில் எனக்கு அரசிலிருந்து ஆறாயிரம் பட்டா மிச்சப்பணம் மூன்றாம் ராஜமானப் போரில் நான் ஒரு மிகு தந்திரக்காரனாகச் செயல்பட்டதில் அந்தச் சேவைக்காகக் கிடைத்தது. அது எனக்கு இந்த அஸ்தமன வயசில் பெண்ணிலா தேசத்தில் ஏதும் பிரயோசனமில்லை. அதனால் அந்தப் பணத்தில் எனக்கு மூட்டெண்ணைக்கும் செயற்கை கண்ணுக்கும் தேவைப்படும் ஆயிரம் பட்டா வைத்துக் கொண்டு மிச்சமுள்ள ஐயாயிரத்தை உனக்கு இத்துடன் இ.எஃப்.டி ரசீதாக அனுப்பியிருக்கிறேன்.

பெற்றதற்கு ஒரு வார்த்தை பதில் எழுதினால் இந்தச் சுயநல தேசத்தில், பெண்ணற்ற பாலையில், எண்ணற்ற ஆண்களில் என்னைப் பற்றிச் சிந்திக்க உறவுக்காரன் உள்ளான் என்று மகிழ்வேன். இல்லையெனினும் பரவாயில்லை. உன் போன்ற இளைஞர்களுக்கான தேசம் இது. உங்களுக்கெல்லாம் என்போல மரண வாசலில் இருக்கும் முதியவர்களைக் கவனிக்க சமயம் இல்லையென்பது முழுவதும் தெரியும்.

இப்படிக்கு
அதிக அன்புடன்
அதிக்.

ஐயாயிரம்! அவனுக்கு எத்தனை தேவையோ அத்தனை பணம்! என்ன விந்தை! சுரேஷுக்கு விதியில் நம்பிக்கையில்லை. இருந்தும் இதை தற்செயல் என்று ஒப்புக்கொள்ளத் தயக்கமாக இருந்தது. இதைப்பற்றி ஆருயிர் நண்பன் ப்ரவீணிடம் பேச வேண்டும் என்றால் அவன் சத்யாவின் வீட்டுக்கு ஜவ் ஆடப் போயிருந்தான்.

சுரேஷ் எலி டிக்கெட்டில் பதிவாகியிருந்த அந்த தியானியின் விலாசத்தைப் பரபரப்புடன் பார்த்து அவ்விடத்தைத் தேடிச் சென்றான்.

அந்த வீட்டின் முன் கதவில் தன் முகத்தைக் காட்டியபோது, 'நீ யார்?' என்று கதவு கேட்டது.

'நான்தான் சுரேஷ். உன்னைப் பெண் காட்சியில் சந்தித்தேன். 'வாசனோபாயம்' வாங்க வந்திருக்கிறேன்.'

'பணம் கொண்டு வந்திருக்கிறாயா?'

'கிறேன்.'

கதவு திறந்தது.

உள்ளே நீண்ட காரிடார் போல இருந்தது. யாரும் தென்பட வில்லை. 'யாரும் இருக்கிறார்களா?' என்றான்.

'உள்ளே வா, இடது பக்க வாசல்.'

வாசலை அணுகியபோது ஒரு பழைய ஆராய்ச்சிசாலை போல் இருந்தது.

'பணம் எங்கே?'

'வைத்திருக்கிறேன். முதலில் சாதனத்தைக் காட்டு.'

தியானி பெண் காட்சியில் பார்த்ததைக் காட்டிலும் இன்னும் அழுக்காகப் பரட்டைத் தலையுடன் இருந்தான். அவன் தலை மயிரில் நீர் சொட்டியது.

'வா வா. நீ வருவாய் என எதிர்பார்க்கிறேன். உன்னைப் பார்த்தால் வாங்குகிறவன் போலத்தான் தோன்றினாய். இது கொஞ்சம் அபாயகரமானது தெரியுமில்லையா? அரசாங்கத்தால் தடை

செய்யப்பட்ட ஆராய்ச்சி பெண் கண்டுபிடிப்பது. அறிவாயல்லவா?'

'அறிவேன்.'

'மிக ரகசியமாக, பத்திரமாக வைத்துக்கொள்ள வேண்டியது உன் பொறுப்பு.'

'சரி.'

அவன் லாம் இழைத்த பெரிய பானல்களைத் திறந்து, ஒளித்து மறைத்து வைத்திருந்த சிறிய பெட்டி போல இருந்த சாதனத்தை எடுத்தான்.

'பைக்கு அடக்கமானது, கொஞ்ச நேரம் சூரிய ஒளியில் காட்டி சாரம் வாங்கிக்கொள்ளலாம். அதன்பின் இந்த விசையை இடது புறம் தள்ளி, யாருக்கு ஆணா பெண்ணா என்று சந்தேகம் இருக்கிறதோ அவர்கள் பால் இந்த சென்ஸரைக் காட்டினால் போதும். இந்தப் பச்சை விளக்கு எரிந்தால் ஆண். சிவப்பு எரிந்தால் பெண். சுலபம். ஒருமுறை பயன்படுத்திவிட்டு மறுபடி சூரிய அல்லது செயற்கை ஒளியில் காட்டவேண்டும். எடு காசை, நேரம் அதிகமில்லை.'

'இரு, இது எப்படி வேலை செய்கிறது என்று நிரூபிப்பாய்? பரிசோதித்துப் பார்க்கப் பெண்கள் இல்லையே?'

'உன் சந்தேகம் நியாயமானதே. பெண்காட்சியில் வரிசையில் நின்று இந்திராவிடம் காட்டிப்பார்.'

'அதற்கு எனக்கு அனுமதிச் சீட்டுத் தீர்ந்துவிட்டதே. அடுத்த ஆண்டுதான் கொடுப்பார்கள்.'

'உனக்கு ஆணுக்கும், பெண்ணுக்கும் ஆதார வித்தியாசம் தெரியுமா? நிஜ ஆணுக்கும், பெண்ணுக்கும்?' என்று கேட்டான் தியானி தன் தேன் நிற தாடியைத் தடவிக்கொண்டு.

'தெரியாது.'

'ஹார்மோன்கள், ஆண்ட்ரோஜென், எஸ்ட்ரோஜென் என்று.. நமக்கெல்லாம் ஆண்ட்ரோஜென்கள் அவர்களுக்கு எஸ்ட்ரோஜென். இந்த ஒன்றுதான் வித்தியாசம். மற்ற வித்தியாசத்தை யெல்லாம் செயற்கையாக மறைக்க முடியும். ஆனால் இதை

மட்டும் மறைக்கவே முடியாது. இந்தக் கருவி காற்றில் ஒரு மாலிக்யுல் எஸ்ட்ரோஜென் இருந்தாலும் கண்டுபிடித்துச் சொல்லிவிடும். இதைப் பார். செயற்கையாகத் தயாரித்த எஸ்ட்ரோஜென்' என்று ஒரு பஞ்சை சீசாவில் தோய்த்து அந்தக் கருவிக்கு அருகில் விசிறினான். அதன் சிவப்பு விளக்கு பளிச் சென்று எரிந்தது.

'அருகில் காட்டினாலே போதும். உத்தரவாதத்துக்கு அதை உடலில் பட வைத்தால் நிச்சயம் காட்டிவிடும். பெண்களைக் கண்டுபிடித்ததும் மற்றது உன் வேலை. ஒரு எச்சரிக்கை.'

'என்ன?'

'அவசரப்படாதே. மறைந்து வாழும் பெண் என்று தெரிந்ததும் உடனே பாயாதே. மெல்ல மெல்ல உணர்ச்சிபூர்வமாக அணுக வேண்டும். அவளை முதலில் காதலி!'

'காதல்! அப்படியென்றால்?'

'சென்ற நூற்றாண்டில் புழங்கிய ஒரு உணர்ச்சி. இப்போது அதற்குத் தேவையில்லாமல் போய்விட்டது. இந்தப் புத்தகத்தைப் படித்துப் பார். தடை செய்யப்பட்ட புத்தகம். காதலிப்பது எப்படி?'

சுரேஷ் அதை நடுங்கும் கரங்களுடன் வாங்கிக்கொண்டு பணம் எழுதிக் கொடுத்தான்.

'இந்தப் பணத்தை நான் என் கணக்கில் சேர்க்குமுன் ஒரு ருது அவகாசம் தருகிறேன். உன்னால் ஒரு பெண்ணைக் கண்டுபிடிக்க முடியவில்லை என்றால் பணம் வாபஸ்' என்றான்.

அவன் கொடுத்த ஓலையை மடித்து இடுப்பில் செருகிக் கொண்டான் தியானி.

சுரேஷ் வெளியே வந்தபோது மிகவும் பதற்றத்தில் இருந்தான்.

உத்தரவாதமாக மூன்று தினங்களில் பெண்ணைக் கண்டுபிடிக்க முடியும். இது எப்படி வேலை செய்கிறது என்று பார்க்க வேண்டும்.

இரு, பதற்றப்படாதே, வதந்தியின்படி, நூற்றுக்கணக்கான பெண்கள் இந்த நகரத்தில் ஒளிந்து வாழ்கிறார்கள். அவர்கள் எல்லோரும் ஆண்கள்போல முடி வளர்த்து, மார்பைத் திருத்தி,

செயற்கை உறுப்புகள் பொருத்தி, கண்டுபிடிக்கவே முடியாமல் தான் உலவுகிறார்கள்.

நிலத்தடிக்குச் சென்றபோது அந்தச் சாதனத்தை எடுத்து பொது வாக அந்தக் கூட்டத்தில் காட்டிப் பார்த்தான். பச்சை விளக்குதான் எரிந்தது. எல்லாரும் ஆண்கள். சற்று ஏமாற்றமாக இருந்தது.

'இது என்ன கருவி மாமா?' என்று ஒரு சிறுவன் கேட்டான்.

'காற்றில் தூசலசி' என்றான்.

நிலத்தடிவிட்டு நெருக்கடிப் பிரதேசத்தில் பல ஆண்கள் கூடி ஜவ்வாடிக் கொண்டிருந்தார்கள். அதில் காட்டிப் பார்த்தான்.

ம்ஹூம்! பச்சைதான். பாழாய்ப் போன பச்சை.

இந்திராவைப் பார்க்க பெரிசாக பெண் காட்சியில் இன்னமும் க்யூ நின்று கொண்டிருந்தது. அவர்களில் யாருக்காவது கொடுத்துப் பார்க்கலாமா?

நல்ல யோசனை.

வரிசையின் தலையில் போய் நின்றான்.

'ஏய், ஏய், எங்கே போகிறாய்? எங்கே உன் அனுமதிச் சீட்டு?' என்றான்.

'இல்லை. நான் உள்ளே போகவில்லை. இங்கே உள் செல்பவ ரிடம் செய்தி சொல்லவேண்டும்.'

இந்திராவைப் பார்க்கப் பெண் காட்சி வாசலில் அடுத்து நுழைய நின்றுகொண்டிருந்தவனிடம், 'பைய்யா ஒரு வேண்டுகோள்.'

'என்ன செய்ய வேண்டும்?'

'இந்தக் கருவியை இந்திராவைப் பார்க்கும்போது, அதை அவள் பால் காட்டவேண்டும்.'

'காட்டி?'

'இதில் எந்த விளக்கு எரிகிறது என்று சொல்ல வேண்டும். சொன்னால் ஐந்து பட்டா தருகிறேன்.'

அந்த இளைஞன் புன்னகையுடன் தலையாட்டி, 'அது என்ன கருவி?' என்றான்.

'தூசலசி. இந்திராவின் பத்திரத்துக்குத் தூசளவு அதிகமாகக் கூடாது.'

அவன் அதை எடுத்துக்கொண்டு உள்ளே மறைந்தான்.

சுரேஷ் அவன் திரும்பிவருவதற்குள் அந்த 'காதலிப்பது எப்படி?' என்ற புத்தகத்தைப் படிக்க ஆரம்பித்தான்.

'காதல் ஒரு மென்மையான உணர்ச்சி. சென்ற நூற்றாண்டில் வழக்கொழிந்து போன இந்தப் புனிதமான உறவைப் புதுப்பிக்கலாம், வாருங்கள்.'

அந்தப் புத்தகத்தை அவன் முழுவதும் படித்து முடிக்க அந்த இளைஞன், பெண்காட்சியிலிருந்து வெளியே வந்தான்.

அந்தக் கருவியைத் திருப்பிக் கொடுத்து, 'சிவப்பு விளக்கு எரிந்தது. இந்திராவின்பால் காட்டியபோது மட்டும் சிவப்பு. மற்ற போதெல்லாம் பச்சை, எங்கே என் பட்டா?' என்றான்.

சிவப்பு விளக்கு வேலை செய்கிறது. உற்சாகத்துடன் சுரேஷ் அவனுக்கு ஐந்து பட்டா கொடுத்துவிட்டு, வீட்டுக்கு ப்ரவீணிடம் சொல்ல ஓடினான்.

அறைக்குத் திரும்பியபோது ப்ரவீண் அப்போதுதான் ஜவ்வாட்டம் ஆடிவிட்டுக் குளித்துக்கொண்டிருந்தான்.

'ப்ரவீண், அதை வாங்கிவிட்டேன், அந்தக் கருவியை?'

'ஐயாயிரம் கொடுத்தா?'

'ஆம்!'

'உனக்குப் பைத்தியமா?'

'இல்லை. அது வேலை செய்கிறது. இந்திராவிடம் கண்காட்சியில் காட்டிப் பரிசோதித்துப் பார்த்துவிட்டேன். கருவி பெண்களிடம் இருக்கும் எஸ்ட்ரோஜென்னைக் கண்டுபிடித்துச் சொல்கிறது. அத்தனைதான் ப்ரவீண். ப்ரவீண், எனக்கு ஆனந்தம் தாங்க முடியவில்லை. முதல் முதலாக நாம் இருவரும் நிஜப்பெண்ணைக்

கண்டுகொண்டு சந்திக்கப்போகிறோம். இப்போதே என் உள்ள மெல்லாம் பதறுகிறது.'

சுரேஷ் அந்தக் கருவியை எடுத்து ப்ரவீணிடம் காட்டினான். ப்ரவீண் குளித்துவிட்டுச் சட்டை மாற்றியிருந்தான்.

'ஏதாவது செயற்கை வெளிச்சத்தில் சார்ஜ் வாங்கிக்கொள்ள வேண்டும். அதன்பின் இதைப் பெண்ணிடம் காட்டினால் சிவப்பு விளக்கு எரியும். நவா நகரத்தில் யார் யார் பெண்கள் என்று கண்டுபிடித்துவிடலாம்.'

'பார்க்கலாமா?'

'இப்போது வேண்டாம். இங்கே யாரும் பெண்கள் இல்லையே!'

'பெண்கள் இல்லையெனில் பச்சை விளக்கு எரியும் பாரேன்.'

'வேண்டாம் சுரேஷ், இப்போது வேண்டாம்.'

சுரேஷ் அவன் சொன்னதைக் கேட்காமல், அதை அறையின் செயற்கை வெளிச்சத்தில் காட்டி விசையை இடப்பக்கம் திருப்பி ப்ரவீணிடம் காட்டினான்.

'ப்ரவீண், நீ ஒரு ஆணில்லையா, பார்த்துக்கொண்டே இரு. பச்சை விளக்குத்தான் எரியும்.'

ப்ரவீணின் முகம் ரத்தமிழந்தது.

'வேண்டாம், வேண்டாம்' என்று ப்ரவீண் மறுப்பது வேடிக்கை யாக இருந்தது.

'பயப்படாதே, ஒன்றும் செய்யாதே' என்று அந்தக் கருவியை ப்ரவீணிடம் காட்டியபோது **சிவப்பு விளக்கு எரிந்தது!**

இதற்குள் ப்ரவீண் சமையலறை மேசை மேல் பழம் அறுக்க வைத்திருந்த லேசர் கத்தியை எடுத்து, சுரேஷ் எதிர்பார்க்குமுன் அவன் இதயத்தில் அதைச் செலுத்தினான்.

'சுரேஷ், என் நண்பனே, இத்தனை தினம் நான் மறைத்து வைத்திருந்த ரகசியத்தை நீ அறிந்துகொண்டு விட்டாய். நான் ஆணல்ல, பெண். பெண் என்று தெரிந்தபின், நான் ஜீவா நகரில் பட்ட கஷ்டம் உனக்குத் தெரியாது. மன்னித்துக் கொள் நண்பனே! என் ரகசியம் தெரிந்தவர் உயிர் வாழக்கூடாது!'

'ஏன்? ஏன்? என்றான் மூச்சுத் திணற, தன் இதயத்தைப் பிடித்துக் கொண்டு, அதன் ரத்த வெள்ளத்தைக் கட்டுப்படுத்திக்கொண்டு..

'நான் ஜீவா நகரில் பட்ட துன்பம்! எத்தனை பேர், எத்தனை பேர். ராப் பகலாக.. எத்தனை பேர் என்னைப் பார்க்க விழைந்தவர், தொட விழைந்தவர், படவிழைந்தவர், சுவைக்க விழைந்தவர்.. போதும் அந்த துர்சொப்பனம்! மன்னித்துவிடு சுரேஷ். இந்த ஆண் பெரும்பான்மை உலகில் நூறு பெண்கள் உயிர் பிழைக்க ஒரே வழிதான் - பெண் என்கிற ரகசியத்தை பயங்கரமாகப் பாது காப்பதுதான். என் பேர் ப்ரவீண் இல்லை, ப்ரவீணா!'

'ப்ரவீணா! ப்ரவீணா! அவசரப்பட்டு விட்டாய்! ஒரு பெண்ணைக் கண்டுபிடித்தால் அவளைக் காதலிக்கத்தான் நான் விரும்பினேன். இதோ பார்!'

'காதலிப்பது எப்படி?' என்று அவன் காட்டிய புத்தகத்தில் மெல்ல சுரேஷின் ரத்தம் கரையிட்டது.

10
மறுமணம்

டாக்டர் ஜானகியின் கன்ஸல்டிங் அறை. பாப்பாக்களின் போட்டோக்களும் ஓரத்து பேசினும் கையுறைகளும் கண்ணாடி அலமாரியில் கண்ணாடித் தட்டில் சுத்தமான உபகரணங்களும் மருந்து பாட்டில்களும். ரிஃப்ரிஜிரேட்டர். குழந்தையின் சூல் கணத்திலிருந்து மாதாவின் வயிற்றில் மாதா மாத வளர்ச்சியைப் பற்றிய சார்ட்டுகள். தடுப்பு ஊசிகள், எப்போ, எப்படிப் போட்டுக் கொள்ள வேண்டும் போன்ற விவரங்களுமாக அந்த இடமே 'குழந்தை' என்று பெரிய எழுத்தில் அறிவித்துக்கொண்டிருக்க, டாக்டர் ஜானகி நாற்பத்தைந்து வயதுக்குப்பின் முதுமை பெறாமல் அந்த இடத்திலேயே நிறுத்திவிட்டவள் போலத் தோன்றுகிறாள். வெண்மையான உடைகள். மென்மையான உதடுகள். அழகான சிறிய பறவைகள் போலக் கச்சிதமான கைகள். நல்ல சிவப்பு. பொறுமை, அசாத்தியப் பொறுமை. இதுவரை பார்த்த ஒட்டு மொத்தமான தாய்மை அனைத்தும் அவளிடம் ஒன்று சேர்ந்து கொண்டுவிட்டது போல சாந்தத் தோற்றம்.

நாடகம் தொடங்கும் போது ஒரு நிறை கர்ப்பிணி அருகே உள்ள படுக்கையிலிருந்து மெள்ள சிரமத்துடன் எழுந்திருக்கிறாள்.

டாக்டர்: எல்லாம் சரியாத்தாம்மா இருக்குது. உங்க அஸ்பண்டு கிட்ட வியாழன் அல்லது வெள்ளி ஆயிடும்னு சொல்லலாம்.

பெண்: அப்படி ரொம்ப சிரமப்படும்னா சிஸேரியன் பண்ணிடலாம்னு எங்க வீட்டில சொல்றார் டாக்டர்.

டாக்டர்: சிஸேரியன் பண்ணறது எல்லாம் நான் தீர்மானிக் கிறேன். உங்க அஸ்பண்டு தீர்மானிக்கவேண்டாம்.

பெண்: அதுக்கில்லை டாக்டர், வெள்ளிக்கிழமை நட்சத் திரம் நன்னாருக்காம். பரணி நட்சத்திரமாம்..

டாக்டர்: அதுக்காக? இந்தம்மா, குழந்தை பிறக்கறது என் கிறது ரொம்ப இயல்பான இயற்கையான விஷயம். நாம் உயிரோட இருக்கிற பர்பஸே இயற்கையைப் பொறுத்தவரை, குழந்தை பெத்துக்கத்தான். சைனால வயல்ல வேலை செய்துட்டு கர்ப்பிணிங்க மரநிழல்ல போய் ஒதுங்கி, குழந்தை பெத்துரு வாங்க. சிஸேரியனாம் சிஸேரியன்.. என்ன விளை யாட்டா இது?

பெண்: இல்லை டாக்டர், இவரும் இவங்கம்மாவும்தான் அடிக்கடி சொல்றாங்க. சிஸேரியன் பண்றதா இருந்தா வெள்ளிக்கிழமை பண்ணிடலாம்னுட்டு.

டாக்டர்: பாரு சிஸேரியன் பண்ணப் போறதில்லை. உன் குழந்தை நேச்சுரலா, நல்ல பொஸிஷன்ல இருக்கு. வேளை வர்றப்ப அதுவே கதவைத் தட்டிட்டு 'அம்மா வெளியே வரேன்'னு சொல்லிக்கிட்டு வந்துடும்.

பெண்: என்ன குழந்தை பெண்தானே?

டாக்டர்: தெரியாது.

பெண்: டாக்டர் ஒங்களுக்குத் தெரியும். பொண்ணு. அதான் சொல்லமாட்டேங்கறீங்க.

டாக்டர்: ஆணாருந்தாலும் சொல்லமாட்டேன்.

பெண்: ஸ்கான்ல தெரிஞ்சுருமாமே. அப்புறம் ஏதோ யூரின் டெஸ்டோ என்னவோ சொல்றாங்களே..

டாக்டர்: கண்ட கண்ட புஸ்தகத்தையெல்லாம் படிக்காதே. உலகத்தில உள்ள ஒரே ஒரு ஆச்சரியம், சந்தோஷம் பொண்ணா பிள்ளையா என்கிற எதிர்பார்ப்பில

இருக்கு. அதை ஏன் முன்னமேயே தெரிஞ்சுண்டு சந்தோஷத்தைக் கெடுத்துக்கணும்? துப்பறியும் கதைல முடிவு சொல்லிட்டா படிக்க முடியுமா சொல்லு? போய்ட்டு வா!

பெண்: சிஸேரியன் மட்டும்..

டாக்டர் : *(ஆயாசத்துடன்)* பாரு, எனக்கு லேசில கோபம் வராது. வந்தா ரொம்ப கத்துவேன். என்ன நியாயம் இது! குழந்தை நேச்சுரலா பிறந்தாத்தான் இந்த பரணி கார்த்திகைன்னு நட்சத்திரமெல்லாம் பொருந்தும்னு ஜோஸ்யரே சொல்லியிருக்கார் - அவர் பெண் ணுக்குப் பிரசவம் பார்த்தபோது! போய்ட்டு வா. எதுக்காக இயற்கையான ஒரு அனுபவத்தை இழக்க விரும்பறே?

பெண்: ரொம்ப வலிக்குமா டாக்டர்?

டாக்டர்: ஆமாம். ஆனா நான் சொன்ன எக்ஸர்ஸைஸ் பண்ணா வலி அதிகம் இருக்காது. உனக்கு பெல்விக் ஸ்ட்ரக்சர் பெரிசாவே இருக்கு. பயப்படாதே. சந்தோஷமான வலி. புதன்கிழமை உன் அஸ்பெண்டை போன் பண்ணச் சொல்லு.

(அந்தப் பெண் வெளியே செல்ல, டாக்டரின் உதவிப் பெண் உள்ளே வந்து சீட்டை வைக்கிறாள்)

உதவிப் பெண்: புதுசா வராங்க..

டாக்டர்: மீராவைப் பார்க்கச் சொல்றதுதானே பத்மா?

பத்மா: ஒங்களைத்தான் பார்க்கணுமாம். ரெண்டு பேரும் வந்திருக்காங்க.

டாக்டர்: எத்தனை பேர் காத்திருக்காங்க?

பத்மா: பதினெட்டு. நான் ஒன்பதரைக்குப் போயாகணும் டாக்டர். நாளைக்கு ஈஸ்டர். மீரா டாக்டர்கிட்ட சொல்லிட்டேன். ராத்திரி அபாயிண்ட்மெண்ட் ஜாஸ்தி கொடுக்காதீங்கன்னு..

டாக்டர்: இன்னும் வார்டுக்கு வேற போகணும். அஸ்பண்டு ஒய்ஃப் தானே? தாலி தெரியுதில்லை?

பத்மா: மெட்டி.

டாக்டர்: அவளை மட்டும் அனுப்பு.

(அவள் சென்றதும் ஜெயந்தி உள்ளே வருகிறாள். ஜெயந்திக்கு இருபத்தி ஆறு வயது இருக்கலாம். மஞ்சள் சேலையும், அதற்குப் பொருத்தமில்லாத சிவப்பு ரவிக்கையும், வாராமல் கலைந்த தலைமயிருமாக இருக்கிறாள். வியர்த்திருக்கிறாள். தலைப்பால் முகத்தைத் துடைத்துக்கொண்டே, நாற்காலி விளிம்பில் உட்கார் கிறாள். சுற்றிலும் பார்க்கிறாள். டாக்டர் அவளை நிதானமாகக் கண்ணால் வருடுகிறாள். ஜெயந்தி தன் உள்ளங்கையைப் பார்க் கிறாள்.)

ஜெயந்தி: நானே தனியா வரணும்னுதான் பார்த்தேன். நீங்களே கூப்பிட்டீங்க தனியா. நல்லதாப் போச்சு.

டாக்டர்: பேரு?

ஜெயந்தி: எம்பேரு ஜெயந்தி. என் அஸ்பண்டு பேரு தாமோ தரன். நான் மெட்ராஸ். அவர் கேரளா பக்கம். இந்த ஊர்ல செட்டில் ஆனவா. பஸ்டாண்டில ஒரு தடவை லிப்ட் கொடுத்ததிலிருந்து பழக்கம் தொடங்கி..

டாக்டர்: கேட்ட கேள்விக்கு மட்டும் பதில் சொல்லு. நான் உன் சுய சரித்திரம் கேக்கலை. எதுக்கு வந்திருக்கே? ஏதாவது அபார்ஷன் கிபார்ஷன்னா இது தப்பான இடம். பிரசவம் மட்டும்தான் பார்க்கற இடம். கலைக்கிற இடம் இல்லை!

ஜெயந்தி: நான் அதுக்கு வரலை.

டாக்டர்: உன்னைப் பார்த்தா 'யு டோண்ட் லுக் ப்ரக்னண்ட்'..

ஜெயந்தி: ஐ வாண்ட் டு பி ப்ரெக்னண்ட்.

டாக்டர்: ஓ! அப்படியா. கல்யாணம் ஆயி எத்தனை வருஷம் ஆச்சு.

ஜெயந்தி: ஏழு வருஷம். எல்லா டெஸ்டும் எடுத்தாச்சு. (தன் பையிலிருந்து ஒரு காகிதக் கட்டைக் கொடுக்

கிறாள்) எல்லா ரிப்போர்ட்டும் இருக்கு. அவருக்குத் தெரியாம எடுத்துண்டு வந்திருக்கேன்.

டாக்டர்: *(ஒருமுறை அவளை வினோதமாகப் பார்த்து அவற்றை ஆராய்ந்து)...*

இதிலிருந்து தீர்மானமாத் தெரியல்லை. இன்விட்ரி யோன்னு ஒண்ணு இருக்கு. அதுக்கு பெங்களூர்ல.. இங்க ஒரு பிரைவேட் கிளினிக்கில பண்றா..

ஜெயந்தி: அதில எல்லாம் அவருக்கு இஷ்டமில்லை.

டாக்டர்: ஜெயந்தி உன் புருஷனைக் கூப்பிடு. யூ டூ ஆர் டூ யங்க். இத்தனை சீக்கிரம் நம்பிக்கை இழக்க வேண்டாம். ஏதோ தப்பான முறையாலயோ, தப்பான சமயங்களாலயோ இது நடக்காம இருக் கலாம். கொஞ்சம் பொறுத்துப் பார்த்து, முப்பது முப்பத்திரெண்டுக்கப்புறம்..

ஜெயந்தி: டாக்டர் அவருக்குப் பொறுமை இல்லை. அவருக்கு முப்பது வயசுக்குள்ள குழந்தை வேணுமாம். அப்பத் தான் ரிட்டயர் ஆறதுக்குள்ள குழந்தை வேலைக்குப் போக முடியுமாம். எல்லாத்தையும் கால்குலேட் பண்ணி வச்சிருக்கார்.

டாக்டர்: அடாப்ட் பண்ணணுங்கறாரா?

ஜெயந்தி: இல்லை, இன்னொரு கல்யாணம் பண்ணிக்கணுங் கறார்.

டாக்டர்: என்னது??!

ஜெயந்தி: அதுக்கு நான் சம்மதிக்கணுமாம்.

டாக்டர்: நான்சென்ஸ். இது சட்ட விரோதம். கூப்பிடு அவரை..

ஜெயந்தி: பாலக்காட்டில் மாமா பொண்ணு இருக்கா. அவளை லீவுக்குக் கூப்பிட்டுட்டு என்ன என்னவோ ஏற்பாடெல்லாம் எனக்குச் சொல்லாம நடந் துண்டிருக்கு. என்னவோ எல்டிஸில போகப் போறா ராம். நான் வரவேண்டாமாம். அப்ப கல்யாணம்

பண்ணிக் கூட்டிண்டு வரப் போறார்னு எனக்கு என்னவோ தேகத்துக்குள்ள ஒரு நடுக்கம்.. பயம் மாதிரி பரவியிருக்கு!

டாக்டர்: திஸ் இஸ் அப்ஸர்ட்! முடியாதுன்னு உங்க அப்பா அம்மாவை உடனே கூப்பிட்டு, இல்லை வீட்ல பெரியவங்க கிட்டச் சொல்லிட்டு..

ஜெயந்தி: டாக்டர் எனக்கு ஒரு அண்ணாதான். டில்லிலருக்கார். வரச்சொன்னா இப்ப, அப்பங்கறார். அண்ணி.. கோபத்தில விலகிப் போய்ட்டா. வயசான தாத்தா இருக்கார். திருவிடைமருதூர்ல. இந்த கும்பல்ல மாட்டிண்டு திண்டாடறேன். என்ன எழவோ காதல். பேசாம அன்னைக்குக் கூட்டமாக இருந்தாலும் பஸ்ல போயிருக்கலாம்.

டாக்டர்: என்னைக்கு?

ஜெயந்தி: இவரை முதல்ல பார்த்த அன்னைக்கு. மோட்டார் சைக்கிள்ள ட்ராப் பண்றேன்னார். பேக்கு மாதிரிப் பின்னால ஏறிண்டேன். என் புத்தியைச் செருப்பால அடிக்கணும்.

டாக்டர்: இப்ப என்ன பண்ணணுங்கறே?

ஜெயந்தி: எப்படியாவது இதைத் தடுத்துடணும். ஏற்பாடெல்லாம் தீவிரமா ஆயிண்டிருக்கு. இவா சொல்ற ஒரே காரணம் குழந்தை இல்லை, வாரிசு இல்லை. என்னமோ சொத்து கொள்ளை போறாப்பல வாரிசு இல்லையாம், குலம் தழைக்கணுமாம்! சொந்த ரத்தமாம்.. எல்லாமே கேக்க கேக்க வெறுப்பா இருக்கு. தினம் இதையே தொணதொணன்னா, ஒருநாள் போனாப் போறது கல்யாணம் பண்ணிக்கங்கோன்னு சொல்லிடுவேன் போல இருக்கு. பயமா இருக்கு. அதனால நீங்கதான் உதவி பண்ணணும் டாக்டர்..

டாக்டர்: நான் என்னம்மா உதவி பண்ண முடியும்? உங்க அஸ்பண்டுக்கு வேணா விளக்கமாச் சொல்றேன். குழந்தை எப்படி பிறக்கிறது? எதனால பிறக்கிற தில்லைன்னு..

ஜெயந்தி: அதெல்லாம் நிறைய கேட்டாச்சு. நிறைய புஸ்தகம் படிச்சாச்சு.

டாக்டர்: வேற என்ன பண்ண முடியும் என்னால? அடாப்ஷன் வேணா அரேஞ்ச் பண்ண முடியும். செயின்ட் தெரஸாவில்.

ஜெயந்தி: அடாப்ஷன் வேணாமாம். அது எங்கயாவது முஸ்லீம் கிறிஸ்தவா குழந்தையா இருக்குமாம். அல்லது கீழ்ஜாதி! டாக்டர் நீங்க என்னைப் போல அபலைக்கு உதவியா ஒரே ஒரு பொய் சொல்லணும்.

டாக்டர்: என்ன பொய்?

ஜெயந்தி: நான் நாள் தள்ளிப் போயிருக்கறதாச் சொல்லிருக்கேன். அவர் சந்தோஷமா பைல தேங்காய், வெத்தலை பாக்கு, ஸ்வீட்டோட வெளியில காத்திண்டிருக்கார். மாமியார் வீட்டில அல்வா கிளறிண்டிருக்கா. தயவு செஞ்சு கன்ஃபர்ம் ஆயிடுத்து, நான் கர்ப்பமா இருக்கேன்னு சொல்லிடுங்கோ. ஒரே ஒரு பொய்!

டாக்டர்: திஸ் இஸ் க்ரேஸி! எத்தனை நாளைக்கு இந்த மாதிரிப் பொய்யை உன்னால காப்பாத்த முடியும்?

ஜெயந்தி: எனக்கு மிக மிக அவசரமான தேவை அந்தக் கல்யாண ஏற்பாடுகளைத் தள்ளிப் போடணும். அவா பரபரப்பில இருக்கா. அந்தப் பொண்ணானா ரெண்டு நாளைக்கு ஒரு தடவை ட்ரங்கால் போட்டு மலையாளத்தில பேசறது. அவா சொல்ற ஒரே காரணம் வாரிசு இல்லாததாலதான். அதை முதல்ல தள்ளி வெச்சுரணும். முதல் அபாயத்தை விலக்கறதுக்கு இந்தப் பொய் தேவையா இருக்கு. மூணு மாசம் நாலுமாசம் காலந் தாழ்த்திட்டு..

டாக்டர்: தாழ்த்திட்டு..?

ஜெயந்தி: மிஸ்காரேஜ்னு ஏதாவது சொல்லிட்டு, அதுக்கப் புறம் இன்னும் கொஞ்சம் நம்பிக்கை கொடுத்து, அதுக்குள்ள நீங்க சொல்றாப்பல நிஜமாகவே

உண்டாகலாம். கொஞ்ச நாள் ஓட்டலாமில்லையா டாக்டர்? அதுக்காக.

டாக்டர்: என்ன மாதிரி ஆளும்மா உம் புருஷன்! பிள்ளை சுருக்க பெறலைன்னு மறு கல்யாணமா?

ஜெயந்தி: அது என்னவோ அவா உறவுக்குள்ள விபரீத ஏற்பாடா இருக்கு. இதைக் காரணம் காட்டறார்னு நினைக்கிறேன். அதை முறியடிக்கணும். அந்தக் காரணத்தை ஒடைக்கணும். அதுக்காக ஒரு பொய் டாக்டர், ப்ளீஸ். *(சட்டென்று அழுகிறாள்)*

டாக்டர்: எதுக்கு அழறே? இந்த மாதிரி என் காரியர்லயே இதுதான் முதல் தடவை. திஸ் இஸ் ரிடிக்யுலஸ்!

ஜெயந்தி: என்னோட நிலையில இருந்தா நீங்க என்ன பண்ணு வீங்க டாக்டர்?

டாக்டர்: நான் கல்யாணமே செய்துக்கலைம்மா அதுக்குத் தான்! நீ முதல்ல உன் புருஷனை உள்ளே கூப்பிடு. சொல்லிப் பார்க்கறேன்.

ஜெயந்தி: வேண்டாம் டாக்டர் அவர்..

டாக்டர்: கூப்பிடுங்கறேன். பயப்படாதே. பொதுவாகத்தான் பேசப் போறேன்.

(ஜெயந்தி அறைக்கு வெளியே செல்ல, டாக்டர் போனை எடுத்துச் சுழற்றுகிறாள்)

போனில்: லக்ஷ்மிக்கு லேபர் பெய்ன்ஸ் எப்படி இருக்கு? வந்துர்றேன்.

(ஜெயந்தியின் புருஷன் உள்ளே வருகிறான். அவனுக்கு முப்பத்து மூன்று வயது இருக்கும். இப்போதே முன் மண்டையில் மயிரிழக்கத் தொடங்கியுள்ளான். கையில் பெரிய பை. தலையைப் பின் தள்ளி வாரி, நெற்றியில் அகலமாக இருக்க, அதில் சந்தன மத்தியில் கவனமாக வைக்கப்பட்ட குங்குமமுமாக, எதிர் பார்த்த தற்கு எந்தவித மூர்க்கத்தனமும் தோற்றத்தில் தெரியாமல் சாத்வீக மாக, சாந்த சொரூபியாக இருக்கிறான். முகத்தில் மூன்று தின தாடி. டாக்டரை வணங்கிவிட்டுப் பவ்யமாக நிற்கிறான்).

தாமோதர்: கூப்பிட்டீங்களாமே? என் பேர் தாமோதர்.

டாக்டர்: வாங்க மிஸ்டர் தாமோதர்.

தாமோதர்: எக்ஸாமின் பண்ணிட்டீங்களா? கன்ஃபர்ம் ஆய்டுத்தா?

டாக்டர்: இன்னும் எக்ஸாமின் பண்ணலை. அதுக்கு முன்னாடி உங்ககூட பேசணும்.

தாமோதர்: என்கிட்டியா?

டாக்டர்: ஆமாம். உங்களுக்கு இந்தக் குழந்தை முக்கியமா? வாழ்க்கைல சந்தோஷம் முக்கியமா?

தாமோதர்: ஏன் ஏதாவது ப்ராப்ளமா?

டாக்டர்: இல்லை. ரெண்டு பேரும் யங்கா இருக்கீங்க. குழந்தை இப்பவே உண்டாகணும்னு எதுக்கு அவசரப்படறீங்க?

தாமோதர்: அது உண்டாயிட்டால் சந்தோஷம்தானே..

டாக்டர்: தாமோதர் இவளை எக்ஸாமின் பண்றதுக்கு முன்னாடி, நீங்க இந்தக் குழந்தை இல்லைன்னா ரெண்டாம் கல்யாணம் பண்ணிப்பேன்னு உங்க மனைவிகிட்ட சொன்னீங்களாமே.

தாமோதர்: ஆமாம்.

டாக்டர்: அது இவ மனசை எவ்வளவு புண்படுத்தும்னு யோசிச்சுப் பார்த்தீங்களா?

தாமோதர்: இல்லையே, இவகிட்ட சொல்லிட்டுத்தானே பண்ணிக்கப் போறேன். இவ சம்மதம் கொடுத்துத் தானே..

டாக்டர்: சம்மதம் கொடுக்கலைன்னா.. இது சட்ட விரோதம் தெரியுமில்லை?

தாமோதர்: தெரியும் டாக்டர். இவ சம்மதம் கொடுக்கலைன்னா அந்தப் பேச்சே இல்லையே. இவளைக் கேட்காம எதும் பண்ண மாட்டேன். நான் என்ன,

கல்யாணத்துக்கா அலையறேன்? வாரிசுக்காக்கும். எங்க குடும்பத்தில் பழைய நம்பிக்கை இதாக்கும். முப்பது வயசுக்குள்ள வாரிசு பிறக்கலைன்னா அச்சனுக்கு ஆபத்துன்னு ஓலைச்சுவடியிலயாக்கும் எழுதி வெச்சிருக்கு.

டாக்டர்: ஒங்களுக்கு முப்பதாயிடுத்துப் போல இருக்கே?

தாமோதர்: *(சமாளித்து)* இவளுக்கு முப்பது வயசு.

டாக்டர்: ஷி இஸ் ட்வெண்ட்டி ஃபைவ். இன்னும் அஞ்சு வருஷம் இருக்கு.

தாமோதர்: கிரிஜைக்கும் வயசாயிண்டு வரதே..

டாக்டர்: கிரிஜா?

ஜெயந்தி: மாமா பொண்ணு! சொன்னேனே..

தாமோதர்: ஜெயி என்னது? எதுக்காக இதையெல்லாம் போய் டாக்டரண்டே சொன்னாய்? பிரெக்னெண்டான்னு கன்ஃபர்ம் செய்யத்தானே சொன்னேன். எதுக்கு வீட்டுப் பேச்செல்லாம் பேசினாய்? உன் சம்மதமில் லாம ஏதும் நடக்கப் போறதில்லை கேட்டுக்கோ.

டாக்டர்: நான்தான் கேட்டேன்.

தாமோதர்: டாக்டரம்மா! விஷயம் ரொம்ப சிம்பிள். இவ கர்ப்ப மாய்ட்டான்னு கன்ஃபர்ம் பண்ணிட்டா அன்னிய ஸ்திரீயை ரண்டாம் கல்யாணம் பண்ணிக்கப் போற தில்லை. இவ இஷ்டமில்லைன்னாலும் பண்ணிக்கப் போறதில்லை. இவ சம்மதமில்லாம எதும் நடக்காது. போறுமோல்லியோ. ஏய்! பேச்சே இல்லையாக்கும். இவளுக்கு இஷ்டமில்லாத பெண்ணை வீட்டுக்குக் கொண்டு வரதில அத்தனை கெட்டவன் இல்லை யாக்கும் நான். இவளைக் கண் கலங்காம வெச்சுக் கறதுதான் எம் பொறுப்பு. *(மேல் துண்டால் கண் களைத் துடைத்துக் கொள்கிறான்)*

டாக்டர்: *(ஜெயந்தியைப் பார்த்து)* சரிதானேம்மா?

ஜெயந்தி: *(மையமாகத் தலையாட்டுகிறாள்)*

டாக்டர்: நீங்க போங்க. நான் பார்த்துச் சொல்றேன். எக்ஸாமின் பண்ணிச் சொல்லிடறேன். *(தாமோதர் அவளிடத்தில் ஏதோ சொல்லிவிட்டுக் கிளம்ப)*

டாக்டர்: அப்படியெதும் ஃபோர்ஸ் பண்ற மாதிரி தெரியலை யேம்மா!

ஜெயந்தி: ஐயோ டாக்டர், உங்களுக்குத் தெரியாது. இதையே தான் வீட்ல ரெண்டு பேரும் சொல்லிண்டு இருக்கா. இவரை மாதிரி மழுப்பலான ஆசாமி கிடையாது ஒலகத்திலேயே. உங்ககிட்ட தேனொழுகப் பேசறார். ஆனா வீட்டில ஸ்பஷ்டமா அடுத்த கல்யாணத்துக்குத் தயார் பண்ணிண்டு இருக்கார். பத்திரிகைக்கு ப்ரூஃப் கூடப் பார்த்து வெச்சிருக்கார்னா பார்த்துக்கங்களேன். ரெண்டு பேரும் மலையாளத்தில பேசிக்கிறபோது அப்படியே குலை நடுங்கறது. சித்திரவதை டாக்டர். மனோபலாத்காரம்னு சொல்வா. மனசால சித்ரவதை. எண்ணங்களால, பார்வையால, அப்புறம் உங்களுக்குத் தெரியாது.. என்ன என்னவெல்லாம் என்னைச் செய்ய வெச்சுட்டா தெரியுமா? பகவதி கோயில்ல போய் ஈரப்புடவையோட என்னவோ தின்னச் சொல்லி, சக்கரம் அது இதுன்னு நாப்பத் தெட்டு நாள் நிஷ்டையில இருக்கணுமாம். தினம் சூரியாஸ்தனமத்தைப் பார்த்து நூத்து எட்டு தடவை ஓம் சரவணபவன்னு.. என்னை என்னவோ மோகினி ஆட்டக்காரி மாதிரி ட்ரெஸ் பண்ணிக்கச் சொல்லி, பௌர்ணமியில, முலைப்பால்ல எதையோ குழைச்சுக் குடிக்கச் சொல்லி, அதுக்கப்புறம்.. பாக்கறீங்களா! *(தன் மார்புச் சேலையை நீக்கி ரவிக்கையின் பட்டன்களை விலக்குகிறாள்)*

டாக்டர்: *(பார்த்து)* ஓ மை காட்! எப்படி இப்படி?

ஜெயந்தி: அகல் விளக்கு பூஜை! டாக்டர் என்னைக் காப்பாத் துங்க. நான் ஒங்களைக் கேக்கறதெல்லாம் என்ன? ஒரே ஒரு பொய்தானே. யாரும் உங்க மேலே கேஸ்

போடப் போறதில்லை. யாரும் உங்க மேலே நீ சொன்னியே நடக்கலையேன்னு குற்றம் சாட்டப் போறதில்லை. ஏதோ இன்வெஸ்டிகேஷன்ல லாப்டெஸ்ட்டில தப்பாய்டுத்துன்னு அப்புறம் சமாளிக்கலாம். எனக்கு முக்கியமா வேண்டியது டயம் டாக்டர். மூணு மாசம். அதுக்கப்புறம் என் அண்ணாவைக் கலந்து ஆலோசிச்சு, தாத்தாவை லெட்டர் போட்டு வரவழைக்கணும், டாக்டர், சொல்லிடுங்க. ப்ளீஸ்...! *(மெல்ல அடக்கமாக அழுகிறாள்).*

டாக்டர்: *(யோசித்து போனை எடுத்து, அதில் எண்களைச் சுழற்றுகிறாள்).*

பேசுகிறாள்: ரமேஷ். பாலுவுக்குத் தகவல் சொல்லி, அவனை உடனே வரச் சொல்றியா? ஆமாம். உடனே. இப்பவே முடிஞ்சா வரச்சொல்லு. ஆமாம். பாலு தான் வேணும். வேற யாரையும் அனுப்பாதே.

டாக்டர்: *(போனை வைத்துவிட்டு)* பாரும்மா. ஒரு பொய் சொல்லி, தற்காலிகமா உன்னைக் காப்பாத்தறதில எனக்கு எந்த ஆட்சேபமும் இல்லை. ஆனா இதுக்கப்புறம் உன் வாழ்க்கை என்ன ஆறது? மூணு மாசம் கழிச்சு உன்னைக் கொடுமை பண்ண மாட்டான்னு என்ன உத்தரவாதம்? எந்த பிரச்னையும் தற்காலிமாக தீர்த்து வைக்கிறதினால இன்னும் கொஞ்சம் பெரிசா அப்புறமா முளைக்கும். அதனால, அழாத ஜெயந்தி, நான் சொல்ற மாதிரி செய். உன் பிரச்னைக்குத் தீர்வு ஒண்ணுதான் உண்டு!

ஜெயந்தி: என்ன டாக்டர்?

டாக்டர்: ஒம் புருஷன் சொல்றானில்லை.. குழந்தை இல்லாத தால மறு கல்யாணம் செய்துக்கறேங்கறான் இல்லை? அதே மாதிரி நீயும் சொல்லிடு, நானும் மறுகல்யாணம் பண்ணிக்கப் போறேன்னு!

ஜெயந்தி: *(பின்வாங்கி)* என்ன டாக்டர்?

டாக்டர்: ஆமாம். நான் சொல்றது பயமுறுத்தலா இல்லை. நிஜமாவே! என்னவோ காதல் பண்ணி, கல்யாணத்தில மாட்டிண்டே. இந்த மாதிரி கருணை இல்லாத கணவன்கிட்ட வாழறதைவிட, மனைவி, பிள்ளை பெறலைன்னா தள்ளி வச்சுட்டு, வேற கல்யாணம் பண்ணிக்கலாம்னு சொல்ற அராஜகத்தனமான கணவன்கூட வாழறதை விட்டுட்டு, நான் சொல்றபடி செய். 'கல்யாணம் பண்ணிக்க - தாராளமா! ஆனா எனக்கு விடுதலை கொடுத்து டிவோர்ஸ் கொடுத்துரு. நீ பண்ணிக்கறாப்பல நான் வேற ஒருத்தனைக் கல்யாணம் பண்ணிக்கறேன்'னு சொல்லிடு. அப்புறம் அவன் என்ன சொல்றான் பாரு?

ஜெயந்தி: யார் இருக்கா அப்படி?

டாக்டர்: இருக்காங்க. இப்ப போன் பண்ணேன் பாத்தியா? எனக்குத் தெரிஞ்ச பையன். பாலகிருஷ்ணன்னு ஒருத்தன் இருக்கான். பெண்கள் துயரம் தெரிஞ்சவன். சமூகத்து அக்கிரமங்களையெல்லாம் சின்னச் சின்ன முறையில் வீதி நாடகம் போட்டு, படிப்புச் சொல்லிக் கொடுத்து எதிர்க்கிறவன், அவனைக் கூப்பிட்டிருக்கேன். இப்ப வருவான் நீ பாரு. அவன்கூடப் பேசிப் பாரு. பிடிச்சிருந்தா சொல்லு! நான் கல்யாணம் பண்ணி வெக்கறேன். உன் புருஷன்கிட்ட கர்ப்பமாயிருக்கேன்னு பொய் சொல்லிட்டுப் பிரச்னையை ஒத்திப் போடறதைவிட இன்னைக்கு ராத்திரியே இதைத் தீர்த்து வெச்சுர்றது பெட்டர். என்ன சொல்றே? *(டெலிபோன் மணி அடிக்கிறது).*

டாக்டர்: *(அதை எடுத்து)* ஹலோ.. ஹாய்! பாலு. கொஞ்சம் இங்க கிளினிக்குக்கு வந்துட்டுப் போக முடியுமா ராஜா? இப்ப அவசரமா.. ஆமாம். வந்தப்புறம் சொல்றேன். ஐ வாண்ட் யு டூ மீட் ஸம்படி. அரை மணில வரயா? வாயேன். ரொம்ப சுவாரஸ்யமான பிரச்னை. அதே சமயத்தில பரிதாபத்துக்குரியது. வரயா? வெரிகுட்.

டாக்டர்: *(போனை வைத்து)* கொஞ்சம் இரும்மா. காத்திரு. உனக்கு விடிவு காலம் பிறக்க அரைமணிதான் பாக்கி இருக்கு! உக்காரு அப்படி.

(ஜெயந்தி எதிரே போய் உட்காருகிறாள். பரபரப்பாக இருக்கிறாள். அவள் மனத்தில் வெளியே கேட்கும் அளவுக்கு எண்ணங்கள் விரைகின்றன. இங்குமங்கும் பார்க்கிறாள்).

(தாமோதர் உள்ளே வருகிறான்).

தாமோதர்: என்ன இத்தனை நேரம்? இன்னும் டெஸ்ட் முடியலையா?

டாக்டர்: இல்லை அரைமணி ஆகும். வெளியில வெயிட் பண்ணறீங்களா?

தாமோதர்: நல்ல சேதிதானே?

டாக்டர்: *(ஜெயந்தியைப் பார்த்து)* அப்படித்தானேம்மா? சொல்லிடும்மா, சொல்லு!

ஜெயந்தி: *(இருவரையும் மாறி மாறிப் பார்க்கிறாள்)*

டாக்டர்: இரு, அவன் வரப்போறான். சொல்லிடு. இதான் உன் பிரச்னைக்குத் தீர்வு.

ஜெயந்தி: *(தாமோதரைப் பார்த்து)* கொஞ்சம் வாங்களேன். உங்ககிட்ட ஒண்ணு சொல்லணும்.

(தாமோதர் என்ன விஷயம் என்பதற்குள் இழுத்துக்கொண்டு)

டாக்டர்: ஜெயந்தி சொல்லிடு!

ஜெயந்தி: *(வெளியே போகிறாள்)*

ஜெயந்தியின் குரல்: வாங்க போகலாம். இந்த டாக்டர் என்ன என்னவோ விபரீதமாச் சொல்றா!

தாமோதரின் குரல்: கன்ஃபர்ம் ஆச்சா இல்லையா?

ஜெயந்தியின் குரல்: வேற டாக்டர்கிட்ட போலாம். இவ என்ன என்னவோ தப்புத் தப்பா.. விபரீதமாச் சொல்றா. கேக்கவே நல்லால்லை. வாங்கோ சீக்கிரம். இந்த

இடத்தைவிட்டுப் போய்டலாம். என்ன சொல்றா தெரியுமா..?

அவர்கள் குரல் மெல்ல மெல்ல விலக..

டாக்டர் களைப்புடன் சற்று நேரம் தன் கைகளையே பார்த்துக் கொண்டிருக்கிறாள்.

அதன்பின்: பத்மா அடுத்த கேஸை அனுப்பு!

(திரை)

11

சரளா

சரளா சிறு நாடகம். கல்கி சிறு நாடகம் என்பது நடிப்பதற்கும் படிப்பதற்கும் - சுவையாக இருக்கும் முழுமையான கலை வடிவம் பெற்ற இலக்கியம். இது தமிழில் சரியாக வராமல் இருப்பதற்குக் காரணங்கள் சொல்வதைவிட ஓர் உதாரண நாடகம் எழுதிவிடலாம் என்று தோன்றியது. அமெரிக்கன் லைப்ரரியில் Short Plays 1989 என்ற புத்தகத்தில் உள்ள சில நாடகங்களை அண்மையில் படித்தேன். அதில் எட்வர்ட் அலன் பேக்கர் எழுதிய 'டோலரஸ்' என்கிற நாடகம் என்னை மிகவும் பாதித்தது. அந்த பாதிப்பில் எழுதிய நாடகம் இது. இதை நடிக்க விரும்புபவர்கள் ஒரு வார்த்தை சொன்னால் சில மேடைக் குறிப்புகள் தருவேன்.

திரை விலகும்போது தெரிவது ஒரு மேல் - மத்யமர் குடும்பத்தின் சௌகரியமான சமையல் அறை. ஒரு காஸ் அடுப்பு. அதன் மேல் பாகத்தில் அலமாரிகள். ஒழுங்காக அடுக்கப்பட்ட சமையல் பண்டங்கள். உப்பு, சர்க்கரை, ரசப்பொடி, சாம்பார்ப் பொடி என்று ஒழுங்காக லேபிள் இட்டு, மற்றொரு அலமாரியில் சாமி பட பூசை மிச்சங்கள். அருகில் சிறிய ட்ரான்சிஸ்டர். விவிதபாரதியில் சொட்டு நீலம், இதயம் நல்லெண்ணை, ஜவுளி விளம்பரங்கள். நடுவே வட்டமேசை. தரையில் குழந்தைகள் விளையாட்டுப் பொருள்கள். ஒரு மூணு சக்கர சைக்கிள் குடை சாய்ந்து அவற்றை சாவித்ரி எடுத்துப் பெருக்கிக்கொண்டிருக்கிறாள்.

மேசைமேல் கத்தியும் வெண்டைக்காய் அல்லது வெள்ளரிக் காய்.

ரேடியோ 'சொட்டு நீலம் என்று கேட்காதீர்கள். ரீகல் சொட்டு நீலம் என்று கேட்டு வாங்குங்கள்' என்பதுடன்

சாவித்ரி: *(அதனுடனே அதே வாசகங்களைச் சொல்லிக் கொண்டே)* எல்லாம் போட்டது போட்டபடியே ஓடிப் போயிட வேண்டியது. இந்தக் குழந்தைகளுக்கு எப்பத் தான் புத்தி வருமோ?

(சாவித்ரிக்கு முப்பத்து மூன்று வயசிருக்கலாம். களைத்துப் போன ஒரு பரிபூரண இல்லத்தரசி. தன் பாத்திரத்தை முழுதும் உணர்ந்து ஒப்புக்கொண்டவள். அவள் உலகம் பெரும்பாலும் இந்தச் சமையலறையைச் சுற்றி இயங்குவதற்குரிய அனைத்து அடையாளங்களையும் காட்டலாம். 'மங்கையர் மலர்' 'மங்கை' போன்ற பத்திரிகைகள் தென்படலாம். அப்போது சரளா உள்ளே நுழைகிறாள். அவள் சாவித்ரியின் தங்கை. வசீகரமாக உடை உடுத்தியிருந்தாலும் தலை கலைந்து, சற்று பரபரப்பாக உள்ளே நுழைகிறாள். சரளா ஒரு நிலைகொள்ளாத படபடப்பான பட்டாம்பூச்சி போன்றவள். அவளிடம் கோபம், சந்தோஷம் எதையும் எதிர்பார்க்க முடியாது)

சரளா: அக்கா!

சாவித்ரி: *(திரும்பிப் பார்த்து)* மறுபடி வந்துட்டியா?

சரளா: அக்கா! இன்னிக்கு ஒரு நாள் மாத்திரம் தங்கிக்கறேன். *(மேசையருகில் உட்கார்ந்துகொண்டு)* இது என்ன வெள்ளரிக்காயா. நறுக்கட்டுமா?

சாவி: நறுக்கவும் வேண்டாம். இருக்கவும் வேண்டாம். போ. போய்டு இப்ப.

சரளா: இன்னிக்கு ஒரு நாள் அக்கா *(கெஞ்சலாக)* சமத்தில்லை.

சாவித்ரி: முடியாது, மாட்டேன். போன தடவைகூட இப்படித் தான் ஒரு நாள் மட்டும்னு கெஞ்சினே.. அப்புறம் என்ன ஆச்சு?

சரளா: அக்கா, ரொம்ப அடிக்கிறார் அக்கா. அடி தாங்க லைக்கா. பாரு. பாரு. கன்னத்தைப் பாரு. விரல் பதிஞ்சிருக்கு *(காட்டுகிறாள்)*.

சாவி: எனக்குத் தெரியலை. எனக்குப் பார்க்கவேண்டிய அவசியமும் இல்லை.

சரளா: அக்கா நான் உன் செல்லத் தங்கையில்லை. சின்ன வயசில என்னை இடுப்பில..

சாவித்ரி: அந்தப் பருப்பெல்லாம் இப்ப வேகாது. நான் இப்ப உன் அக்கா இல்லை.

சரளா: பின்னே!

சாவித்ரி: நான் ஒரு அம்மா. ஒரு மனைவி. அவ்வளவுதான். எனக்கு இருக்கிற பிடுங்கல்கள் போதும்மா. காலைல யூனிஃபார்ம் தேடறதும், பசங்க பின்னால ஓடறதும், பட்டன் தெக்கறதும், டிபன் கட்டறதும், இஸ்திரி போடறதும்.. இதுக்கே நேரம் பத்தலை. உன் கதையைக் கேட்க நேரம் இல்லை, இஷ்டமும் இல்லை.

சரளா: என்ன நடந்ததுன்னு சொல்றேனே..

சாவித்ரி: வேண்டாம் ப்ளீஸ். சரளா ஏன் என் வாழ்க்கையை இப்படிச் சிக்கல் பண்ணறே? நான் பாட்டுக்கு என் புருஷன் உண்டு என் பிள்ளைகள் உண்டுன்னு அமைதியா இருக்கிற என் லைஃப்ல எதுக்கு உள்ள வர்றே இப்படி?

சரளா: அக்கா என் கண்ணைப் பாரு. சிவந்திருக்கில்லை? அடி, உன் தங்கை அடி தாங்காம வந்திருக்கேன்னா புரிய மாட்டேங்கறதே!

சாவித்ரி: புரிஞ்சுக்க விருப்பமில்லை. நீ போய்டு சரளா. நீ மட்டும் இங்க இருக்கிறதை அவர் பார்த்தா பலி விழும்.

சரளா: அத்தான்கிட்ட நான் சொல்லிக்கறேன் அக்கா.

சாவித்ரி: வேண்டாம். அவர் வர்றப்ப நீ இங்க இருக்கக்கூடாது.

சரளா: என்ன அக்கா இப்படி விரட்டறே?

சாவி: ஆமாம். அப்படித்தான்.

சரளா: நான் என்ன தப்பு செய்துட்டேன்கறே உனக்கு?

சாவித்ரி: உன்னைக் கண்டா அவருக்குப் பிடிக்கலை. அவ்வளவு தான்.

சரளா: ஏன்? ஏன்?

சாவி: ஏனோ!

சரளா: ஏதாவது காரணம் இருக்கணுமா இல்லையா? நான் அத்தானைக் கேட்கிறேனே?

சாவித்ரி: அதுவரைக்கும் நீ இங்கே இருந்தாத்தானே.. பாரு சரளா! இப்பப் போய்டும்மா. முரண்டு பண்ணாதே, லொள்ளு பண்ணாதே.

சரளா: *(நாற்காலியில் உட்கார்ந்து, அலமாரியிலிருந்து ஒரு பழத்தை எடுத்துச் சாப்பிடுகிறாள்)*

சாவி: *(அவளை ஆச்சரியத்துடன் பார்த்து)* ஏண்டி உனக்குச் சுரணை கிடையாதா? இவ்வளவு தூரம் படிச்சுப் படிச்சு சொல்றேன். கல்லுளி மங்கன் மாதிரி கம்பீரமா உக்காந் துட்டியே! இது யார் வீடு? எழுந்து போடின்னா?

சரளா: எனக்குப் போக வேறு இடம் இல்லை அக்கா.

சாவித்ரி: ஏன் அந்த ரமேஷ் வரலையா?

சரளா: ரமேஷ் மாற்றிப் போய்ட்டான்.

சாவித்ரி: அப்புறம் அந்த மங்கபதி?

சரளா: அக்கா அவங்கள்ளாம் இப்ப என்னுடைய பிரச்னையில உதவி பண்ண மாட்டாங்கக்கா.

சாவித்ரி: எல்லார் கூடவும் சண்டை போட்டுக்கிட்டே.

சரளா: எல்லார் கூடவும் இல்லை. எல்லார் மனைவிகள் கூடவும்.

சாவி: அதான் இங்கயும் பிரச்னை.

சரளா: *(தயங்கி)* அப்படிச் சொல்லு அக்கா. இங்கயும் அதான் பிரச்னையா? அதான் விரட்டறியா?

சாவித்ரி: ஏதோ வெச்சுக்க.

சரளா: அக்கா நான் எப்பவாவது அப்படி தப்பா நடந்துகிட்டு இருந்திருக்கேனா? அத்தான்கிட்ட. இல்லை அவர்தான்..

சாவி: இந்த டிஸ்கஷனே வேண்டாம்மா. போறியா, இல்லை..

சரளா: ஏன்க்கா உன் புருஷன் பேர்ல உனக்கு நம்பிக்கை இல்லையா?

சாவித்ரி: *(மௌனம்)* அவள் குழப்பத்திலிருக்கிறாள்.

சரளா: நான் அவர் பார்வையிலேயே படலை. சாமி ரூம்லயே உக்காந்திருக்கேனே?

சாவித்ரி: உன் இடம் உன் புருஷன் இருக்கிற இடம். அங்கே போ.

சரளா: அடிக்கிறார் அக்கா. Sheer Physical Pain. நிசமாக்கா. என்னால தாங்க முடியலை. *(அவள் குரலில் யோக்கியம் தென்பட)* ட்ரிங்ஸ் எடுத்துக்கறார். வீட்டில சிகரெட் பிடிக்கிறார். எதுக்கெடுத்தாலும் சந்தேகம். என்ன ஆச்சுன்னா ராத்திரி ஒன்பதடிச்சு பத்து நிமிஷத்துக்கு வந்தேன். அவர் எப்பவும் க்ளப்பில சீட்டாடிட்டு ஒன்பதரைக்குத்தான் வருவார். நேத்திக்குப் பார்த்து எட்டரைக்கே வந்து, ஜன்னல் வழியா பார்த்துக்கிட்டே இருக்காரு. கதவைத் திறந்த உடனே யார்கூட போனே, யாரு கொண்டு விட்டான் இன்னிக்கு.. இப்படி அசிங்கம் அசிங்கமா கேக்கறாரு. எனக்கும் கோபம் வந்தாலும் அடக்கமாத்தான் பதில் சொன்னேன். அந்த மோகன் எனக்குத் தம்பி போல.

சாவித்ரி: நீ என்ன சொன்னாலும் எனக்கு அக்கறை இல்லை.

சரளா: *(கவனிக்காது)* அப்படின்னு சொன்னேன். உன் பெண் டாட்டி மேல உனக்கு அக்கறையும் கருணையுமிருந்தா, நீ வேளைக்கு வீட்டுக்கு வரணும். வேளைக்கு வீட்டுக்கு வந்தா, நீ வீட்டில இருக்கறதில்லை. ஊர் சுத்த போய்டறே. *(புருஷன் மாதிரி பேசிக் காட்டுகிறாள்)* நீ வேளைக்கு வராததாலதான் நான் ஊர் சுத்தப் போறேன்.

128

இன்னிக்கு வந்திருக்கேனே.. வரப்போறேன்னு சொல்லவே இல்லையே?

சாவி: இதுக்கா அடி?

சரளா: ஆமாக்கா.

சாவித்ரி: நீதானே அந்தாளைக் காதல் பண்ணி கல்யாணம் பண்ணிண்டே, நாங்க படிச்சுப் படிச்சு சொன்னாலும் கேக்காம.

சரளா: அய்யோ அதை ஞாபகப்படுத்தாத. கடுப்பு, எப்படி ஒரு ஆளு இப்படி மாறுவான்னு. முரளி போன்ல பேசிட்டான்னு கோபம். உடனே யார் இந்த முரளி? எத்தனை பேரை வெச்சுக்கிட்டு இருக்கே? முரளி யாரு.. தம்பி மாதிரிக்கா.

சாவி: எத்தனை தம்பி?

சரளா: *(தொடர்ந்து)* அதுக்கு என்ன பதில் சொன்னேன்? காலண்டரைப் பார்த்து சொல்றேன்னேன். நீ வெறுப்பேத்தினா நான் வெறுப்பேத்த மாட்டேனாய்யா, வந்ததே கோபம். பக்கத்தில ஆயுதம் தேடறாரு. முதல்ல வாசல் கதவை உள்பக்கம் தாள்போட்டுக்கிட்டு தொத்தக்குச்சியை எடுத்து அடிக்கிறாரு. நான் அதை மடக்கி ஒடிச்சு வீசி எறிஞ்சேன். கோபம் ஜாஸ்தியா போச்சு. கிட்ட வந்து அப்படியே பேய் அறையறா மாதிரி.. *(அழுகையுடன்)* இன்னம் வலிக்குதுக்கா.

சரளா: *(மௌனமாகக் கொஞ்ச நேரம் அழுகிறாள்)*

சாவித்ரி: *(என்ன செய்வது என்று தெரியாமல் சங்கடப்படுகிறாள்)* என்ன பண்றது.

சரளா: நான் இனிமே அந்த வீட்டு வாசல்ல நுழையமாட்டேன். வந்து கெஞ்சட்டும். இங்க.. இதான் என் வீடு.

சாவித்ரி: அப்படி இல்லை சரளா. அதான் உன் வீடு. அடியோ தடியோ ஏன் உனக்கு எத்தனை சொன்னாலும் புரிய மாட்டேங்குது?

சரளா: எனக்குன்னு நீ ஒருத்திதானே அக்கா.

சாவித்ரி: நான் உனக்கு இல்லை. என் குடும்பம், என் குழந்தை கள், என் கவலைகள்னு என் உலகம் வேற. சரளா புருஷன் அடிக்கிறான்னா அடிக்கிற மாதிரி நடந்துக் கறே நீ. அத்தான் என்னைக் கையெடுத்து ஓங்கினதுகூட இல்லை. கோபம் வந்தா அஞ்சு நிமிஷம் பாத்ரூம்ல தனியா போய் உக்காந்துப்பார். வெளிக்கி போனா சமாதானமாயிரும்.

சரளா: அத்தனை சுலபமாயிருந்தா நான் ஏன்..?

சாவித்ரி: நீ லேட்டா வரேன்னு கோவிச்சுக்கிட்டா லேட்டா வராதே. அவர் வர்ற சமயம் வீட்டில இருந்தா ப்ராப்ளம் இல்லை பாரு.

சரளா: தனியா எட்டரை மணி வரை வீட்டில கொட்டு கொட்டுன்னு உக்காந்திருங்கறியா?

சாவி: அதான் உன் கடமை.

சரளா: அதெப்படி? அவர் மட்டும் ஊர் சுத்தலாம். காதல் எல்லாம் என்ன ஆச்சு? நான் என் ஃபிரண்ட்ஸ் வீட்டுக்குப் போகக் கூடாதா?

சாவித்ரி: சரளா, அது உன் கணவன் அனுமதிச்சா போகலாம். கண வனுடைய சம்மதம் இல்லாம நாம எந்தக் காரியமும் செய்ய முடியாது, செய்யக்கூடாது. இதான் ரூல்.

சரளா: யார் எழுதினா இந்த ரூல்?

சாவித்ரி: இதான் வழக்கம்.

சரளா: யார் வழக்கம்? யாரு யாரு?

சாவித்ரி: இந்த மாதிரி கேள்வி கேட்டா நீ உருப்படவே மாட்டே. அதான் உன் புருஷன் அடிக்கிறான்.

சரளா: ஏன் ஒரு மனைவி, ஒரு பெண் செஞ்சா மட்டும் அது தப்பு? அதே ஆண் செய்தா தப்பில்லை. அவர் லேட்டா வரலாம். நான் லேட்டா வரக்கூடாது. அவர் சினிமா போகலாம். நான் சினிமா போகக்கூடாது. அவர் பெண்களோட பேசலாம். நான் ஆண்களோட பேசக் கூடாது. ஏன்க்கா ஏன்?

சாவித்ரி: We are biologically different.

சரளா: ஏன் எல்லாப் பழமொழியும் நமக்கு எதிராகவே இருக்கு. பொம்பளை சிரிச்சா போச்சு. ஆடத் தெரியாத தேவடியாள், வரவர மாமியார் கழுதை, பெண் புத்தி பின் புத்தி.

சாவித்ரி: அதே சமயம் நல்ல பெண்களைப் பற்றியும் கருத்து..

சரளா: தெய்வம் தொழாள் and all that nonsence கொழுவனைத் தொழுதா மூத்திரம்தான் பெய்யும். இந்தாளை எப்படி நான் கல்யாணம் பண்ணிகிட்டேன்? முட்டாள் முட்டாள்; சந்தேகப் பிசாசு.

சாவித்ரி: அவரைக் கேட்டா என்ன சொல்வார் தெரியுமா? உங்க தங்கை நடந்துக்கறதை விசாரியுங்க. அன்னிக்கு எங்கேயோ ஓட்டலல்ல 'கெட் டுகெதராம்'.. எட்டு ஆம்பிளைங்ககூட.

சரளா: அதை உன்கிட்ட சொல்லியாச்சா?

சாவித்ரி: அதும் என் வீட்டுக்காரர்ட்ட.. அவர் என்னைப் பார்த்து உன் தங்கை நடந்துக்கற விதம் ஊரே சிரிக்கிறதுன்னு..

சரளா: அன்னிக்கு என்ன ஆச்சுன்னா, ரொம்பச் சின்ன விஷயம்க்கா. நம்ம சேகர் இல்லை..

சாவித்ரி: தம்பி மாதிரி..

சரளா: *(முறைத்துப் பார்த்து)* கேலி பண்றே, பரவாயில்லை. அவன் வந்து ஆபீஸ்ல பார்ட்டின்னு..

சாவித்ரி: சரளா நீ பண்ற அத்தனை காரியத்துக்கும் உன் கோணத்தில மிக எளிமையா, தெளிவா பாவத்தீட்டே இல்லாத ஒரு காரணம் இருந்தே தீரும். அது மத்தவங்களுக்குப் பத்தலை. ஏன் உன் வாழ்க்கையை இப்படி சிக்கலாக்கிக்கிறே? டைவர்ஸ் கிவர்ஸ்னு பேசுறதெல்லாம் நல்லா இருக்குங்கறியா? தனியா உன்னால இருக்க முடியுமா? நம் குடும்பம் எப்படிப்பட்ட குடும்பம்!

சரளா: ஆரம்பிச்சுட்டியா ஞானபூமி.. கோல் கும்பால் கையை சங்கராச்சாரியார் மாதிரி வெச்சுக்கயேன்.

சாவித்ரி: சரளா இது ரொம்ப சிம்பிள். உன் புருஷனுக்கு உன் மேல நம்பிக்கை இல்லை. என் புருஷனுக்கு என்மேல் நம்பிக்கை இருக்கு. அவ்வளவுதான்.

சரளா: நம்பிக்கை இருக்குன்னா எதாலை தெரியுமா? நீ கட்டின பசுவாட்டம் வீட்டைவிட்டு நகர்றதில்லை. காலை சுப்ர பாதம் போடற, சாணி தெளிக்கற, கோலம் போடறே, பசங்களுக்கு மூத்திரத் துணி தோச்சு டிரஸ் பண்ணி அனுப்பறே. பட்டன் தெக்கறே, நூல் கோக்கறே, தலை காணிக்கு எம்ராய்டரி போடறே. டிவில அசட்டு புரோக்ராம் பார்த்துட்டு சமையல் குறிப்புல போக்கத்தவங்க கேக்கு பண்றது.. பெண்கள் பத்திரிகையை எடுத்துப் புரட்டி, மோர்க் குழம்பு செய்யும்போது கடுகு தாளித்துக் கொட்டுகையில் கொஞ்சம் ஓமத்தையும் சேர்த்தால் உடம்புக்கு நல்லது.. எல்லாத்தையும் ட்ரை பண்ணிட்டு, புருஷன் விருப்பத்துக்கு அடுக்களை, படுக்கைன்னு மாறி மாறி சம்மதிச்சு, அணு அணுவா செத்துக்கிட்டு இருக்கே அக்கா. உன்னைப் பார்த்தா என்னைவிட ரெண்டு வயசு தான் பெரியவள்னு யாராவது சொல்லுவாங்களா? ஒரு தலை முறையினுடைய அலுப்பு அத்தனையும் உன் உடம்பில, தோற்றத்தில தெரியுது அக்கா. இன்னம் கொஞ்சநாள் போனா கண்ணாடி போட்டுப்பே. யுட்டிரஸ் ரிமூவ் பண்ணிடுவாங்க. முந்திரிப்பருப்பு, பொட்டுக்கடலைன்னு அறையிலேயே கொறிச்சுக் கிட்டு, இடுப்பு பெரிசாகி, கிட்டத்தட்ட ஒரு battleship சைஸுக்கு வந்துருவே. இந்த ரூமைவிட்டு எத்தனை முறை வந்திருக்கே அக்கா நீ? இந்தப் பைத்தியக்கார விவிதபாரதியைத் தவிர ஏதாவது கேட்டிருக்கியா? உன் கணவர், உன் பிள்ளைகள் இவர்களுடைய பெயரைத் தவிர வேற ஏதாவது பேர் ஞாபகமிருக்கா? என் பேர் என்ன? சொல்லு! சொல்லு!

சாவித்ரி: சரளா.

சரளா: ஏன் பயந்து பயந்து சாகறே. ஒரு நாள்தான் உன் புருஷனுக்கு எதிரா ஒரு வார்த்தை சொல்லிப்பாரேன். நான் என் தங்கையைக் கொஞ்ச நாள் என்கூட வெச்சுக்கப்போறேன். அவளுக்கு அடைக்கலம் தர

எனக்கு உரிமை இருக்குன்னு சொல்லிப் பாரேன். என்ன கடிச்சா சாப்பிட்டுடுவார்?

சாவித்ரி: அவருக்கு உன்னைக் கண்டா பிடிக்கலை. அதான் ப்ராப்ளம்.

சரளா: அவருக்கு என்னைக் கண்டா பிடிக்கிறது. அதான் ப்ராப்ளம்.

சாவித்ரி: என்னது?

சரளா: சொல்ல வேண்டாம்னு பார்க்கறேன்.

சாவித்ரி: சொல்லித் தொலை. இல்லை வேண்டாம். பொய் சொல்வே. நீ ரொம்பப் பொய் சொல்வே. உன் பொய்யைக் கேட்டுக் கேட்டு நான் என்னைத் துன்புறுத்திக்க விரும்பலை.

சரளா: இந்த முறை பொய்யே கிடையாது அக்கா. அத்தான் நல்லவர்னு நினைச்சுக்கிட்டு இருக்கே. ஒருமுறை என்ன ஆச்சு தெரியுமா? போன தடவை பொங்கலுக்கு சண்டை போட்டுட்டு வந்திருந்தேன் பாரு அப்ப..

சாவித்ரி: எனக்கு இதெல்லாம் கேக்க வேண்டாம் சரளா. நிறுத்து.

சரளா: உனக்கும் உண்மை தெரியட்டும். வாசுகி அம்மையார் போல இருக்கியே.. கேளு. அத்தான் என்ன பண்ணார்னா.. நீ வந்து காஞ்சனாவையும் பாபுவையும் ஸ்கூல்லவிடப் போயிருந்தியா? போ போன்னு அவசரப் படுத்தினாரே.. நான் அப்ப கிச்சன்ல இருந்தேனா.. அங்கிருந்து கூப்பிடறார். போய்ப் பார்த்தா, கண்ல என்னவோ தூசுமாதிரி இருக்கு ஊதுன்னாரு. இந்த கண்ல தூசி ஊதுங்கற பிஸினஸ் சங்க காலத்திலிருந்தே டேஞ்சர். இருந்தாலும் அத்தான்னு ஊதினேன். அப்படியே கட்டிப் பிடிச்சு, அவசர அவசரமா முதுகுப் பித்தான், ஊக்கு எல்லாத்தையும் கழட்டறாரு. அத்தான் நீங்க செய்யறது நியாயமா.. நான் உங்க தங்கச்சி மாதிரி இல்லையா? என் சொந்த அக்காவுக்கு நான் துரோகம் பண்ணுவனான்னு தமிழ் சினிமா மாதிரிக் கேட்டேனா.. அவர் 'மச்சினி சகவாசம்தான் உத்தமம்'ன்னு என்னவோ பெனாத்த றாரு. விட்டேன் ஒண்ணு. பொறி கலங்கிப் போய்ட்டார்.

நல்லா வெச்சு கேட்டுட்டேன்.. ஏன்யா நீயும் கல்யாணம் ஆனவன், நானும் கல்யாணம் ஆனவ. எதுக்காக இந்தச் சபலம். அக்கா பத்தலையா உனக்கு? ரெண்டு பேர்ட்டயும் ஒரே சமாசாரம்தான்யான்னு புடிச்சு விளாசிட்டேன்.

சாவித்ரி: பொய். அத்தனையும் பொய். நீ என் வீட்டுக்கு வந்து என் புருஷன் மேல் அவதூறு சொல்றே. நான் பைத்தியம் மாதிரி கேட்டுக்கிட்டு இருக்கேன். ஓடிப் போடி தொடைகாலின்னு உன்னை விரட்டாம.. நான்தான் பைத்தியம்!

சரளா: ஒரே ஒரு காரணத்துக்குத்தான் இதைச் சொல்றேன் அக்கா. அந்தாளு ஒண்ணும் ராமர் இல்லை. எல்லா ஆம்பிளைங்களும் இப்படித்தான். சந்தர்ப்பம் இல்லாததாலதான் சத்புருஷர்கள்.

சாவித்ரி: சரிம்மா.

சரளா: அதனால நீ ஒண்ணும் உன் புருஷனைத் தாங்க வேண்டாம்னு சொல்றேன். வா அக்கா முதல்ல ப்யூட்டி பார்லர் போவோம். சைனாக்காரி பூனை மயிரையெல்லாம் வெட்டி விடுவா. புருவத்தைத் திருத்திக்கலாம். மேனிக்யூர் பண்ணிக்கலாம்.

சாவித்ரி: எதுக்கு?

சரளா: நம்ம புருஷன் சம்பாதிக்கிறதை செலவழிக்க வேண்டாமா? மத்த பேர் கவனிக்கட்டும். உன் புருஷன் கொஞ்சம் பொறாமைப்படட்டும்.

சாவித்ரி: அதெல்லாம் தேவையில்லை.

சரளா: அதெல்லாம் செய்துக்கிட்டாத்தான் புருஷன் கிட்ட சேர்ப்பான்!

சாவித்ரி: சரளா நீ எப்ப நக்கலா பேசறே, எப்ப சீரியஸா பேசறேன்னு தெரியறதில்லை. எப்ப உண்மை? எப்ப பொய்?

சரளா: நான் எப்பவுமே சீரியஸ்தான். எப்பவுமே உண்மை தான். அக்கா அனாவசியமா நம்ம வாழ்க்கையைச்

சிக்கல் பண்ணிக்கிட்டோம். எதுக்காக கல்யாணம் பண்ணிக்கிட்டமோ! உனக்கு எத்தனை பிரசவம்? எனக்கு எத்தனை அபார்ஷன்? எல்லாம் நாமதான்.

சாவித்ரி: என்ன பண்றது? பொம்பளைங்க இந்த மாதிரியெல்லாம் பேசக்கூடாது.

சரளா: யார் சொன்னது? யார் வெச்ச சட்டம்?

சாவித்ரி: சரளா! பாரு. நீ சொன்னதில் ஒரு விஷயம் உண்மை. அனாவசியமா நம்ம வாழ்க்கையை சிக்கலாக்கிக்கிட்டு இருக்கோம். சின்ன வயசில எத்தனை சந்தோஷமா இருந்தோம். அப்பாங்கறவர் கோபமே இல்லாத அப்பா. மகாலட்சுமி மாதிரி அம்மா. கோயமுத்தூர் வீட்டு தாழ்வாரம் மழை பெய்தா சரம் சரமா கொட்டி லேசா வீட்டுக்குள்ள சாரல் அடிக்கும். பச்சை வாதாங்காயை கல்லில சிதைச்சு உள்ளுக்குள்ள சிவப்பா இருக்கும். அதுக்குள்ள பருப்பு எவ்வளவு டேஸ்ட். பாதி காஞ்ச வத்தல் எவ்வளவு டேஸ்ட். அப்புறம் படுக்கைக்கு பக்கத்தில நியூஸ் பேப்பர் துண்டு, தையல் மிஷின் துண்டு எல்லாத்தையும் ஒட்டி துணிக்கடை வெச்சு விளையாடுவோம். டீச்சர் அம்மா, டீச்சர் அம்மான்னு தாழ்வாரத்துக் கம்பத்தை பளார் பளார்னு குச்சியால அடிப்போம்.

சரளா: (அவளும் பழைய நினைவுகளில் ஆழ்ந்து) அந்த மூர்த்திங்கிற பையன் ஆனந்தவிகடன், அமிர்தாஞ்சனம்னு அடிக்கடி ஏதாவது சாக்குச் சொல்லிட்டு உன்னைப் பார்க்க வருவான். ஜன்னல் வழியா க்ரேயான் பென்சில்ல பெரிசு பெரிசா எழுத்தில காதல் கடிதம் எழுதிக் கையெழுத்துப் போட மாட்டான். என்கிட்ட கொடுத்து உன்கிட்ட கொடுக்கச் சொன்னான். அதை ரெண்டு பேரும் அம்மாகிட்ட கொடுத்துட்டு, அம்மா அவங்க வீட்டு வாசல்ல போய் பிலுபிலுன்னு தாய்ச்சிங்கம் மாதிரி பிடிச்சுட்டு..

சாவித்ரி: அந்தப் பையன் அப்புறம் ஒருமுறை ஆர்.எஸ்.புரத்தில சைக்கிள்ல இருந்து இறங்கி வருத்தமா பேசினான். இப்ப எங்க இருக்கான்னு தெரியலை.

135

சரளா: சினிமாவில பாட்டு எழுதிக்கிட்டு இருக்கலாம்.

சாவித்ரி: சாரு மாமி முகத்தில மீசை.

சரளா: பாட்டாபின்னு ஒருத்தர்.. தொட்டாலே விட்டம் வரை எம்பிக் குதிப்பார். ஞாபகம் இருக்கோ..

சாவித்ரி: அவர் பனியனுக்குள்ள ரோடு தாரை, பந்து மாதிரி உருட்டி உள்ளுக்குள்ள போட்டு.. *(சிரிக்கிறார்கள்)*

சரளா: பாணதீர்த்தத்திலே பிக்னிக் போயிருந்தோமே..

சாவித்ரி: குதிரை வண்டியில பராசக்தி போயிருந்தோமே.. கை விரல்ல எல்லாம் மருதாணி தொப்பி போட்டுக்கிட்டு..

சரளா: காலைல அலம்பறப்ப ரத்தம் மாதிரி எனக்குப் பத்திச்சா உனக்கு பத்திச்சான்னு வாக்குவாதம்.

சாவித்ரி: கல்யாணத்தில ஆம்பிளை பசங்களை உபத்திரவ மில்லாம கேலி பண்ணுவமே!

சரளா: அப்பா மோட்டார் சைக்கிள்ல விழுந்துட்டு..

சாவித்ரி: ரெண்டு பேரும் பெரிசா அழுதமே..

சரளா: அப்பான்னா அப்பாதான்!

சாவித்ரி: அவர் சட்டையில லேசா மொரமொரன்னு ஒரு வாசனை!

சரளா: அவர் குரல்ல ஒரு அதட்டல் இருக்காது.

சாவித்ரி: அவர் தலைமேல எல்லாம் ஏறி விளையாடுவோம்!

சரளா: இங்க்கை கொட்டுவோம்.

சாவித்ரி: அப்புறம் அம்மாவும் நமக்கு முன்னால எப்பவாவது சண்டை போட்டு பாத்திருக்கியோ நீ?

சரளா: சீன்னு பேசியிருக்காரோ!

சாவித்ரி: இல்லவே இல்லை. அந்த வீட்டில சிரிப்புத்தான் ஞாபகம் எனக்கு.

சரளா: சிரிப்பும், ஆரவாரமும், அப்பாவும் அம்மாவும், *(பெருமூச்சுடன்)* ரெண்டு பேரும் எங்கே இப்ப..

சாவித்ரி: இந்த அம்மாவாவது இருந்திருக்கலாம்.

சரளா: கூடமாட அழறதுக்கு. நானே அவளை சாவடிச்சேன். லவ்வு. ஜாதிவிட்டு ஜாதின்னு எத்தனை அமர்க்களம்? எத்தனை துக்கம் கொடுத்தேன் அவளுக்கு! இப்ப என்ன சாதிச்சேன்?

சாவித்ரி: படிச்சு படிச்சு ரெண்டு பேரும் சொன்னாங்க, வேண்டாம் வேண்டாம்னு. அப்பாகூட கெஞ்சினாங்க உன்னை.

சரளா: பைத்தியம்! அக்கா, வாழ்நாள் பூரா ஸ்டுவின்ஸ் டர்ஸ்ஸா இருக்க முடியாதா?

சாவித்ரி: முடியாது. அது வேறு கொடுமை. சரளா! எங்கே காட்டு? வலிக்கிறதா? புருஷன் அடிச்சானா? *(சரளா தன் கன்னத்தைக் காட்ட, தடவிக்கொடுக்கிறாள்)*

சரளா: சில வேளையில தலைமயிரைக் கொத்தா பிடிச்சு பின் பக்கம் தலையை சாய்ச்சு, முகத்தில குத்துவார். மூக்கில ரத்தம் வரும். உன் புருஷன் அடிக்கமாட்டார்தானே?

சாவித்ரி: எப்பவாவது புடிச்சு தள்ளுவார். அவ்வளவுதான். *(யோசித்து)* ஒரு தடவை ரெண்டு தடவை அடிச்சிருக்கார். கார்ல போறப்ப, ட்ராஃபிக் லைட்ல நின்னப்ப மோட்டார் சைக்கிள்ல ஒருத்தன் என்னைப் பார்த்து சிரிச்சான்னு ஒருமுறை அடிச்சிருக்கார். இப்ப அடிக் கிறது இல்லை. கோவம் வந்தா பாத்ரூம்ல போய்க் கதவை சாத்திக்குவார்.

சரளா: நீ உனக்கு பொயட்ரி கடுதாசி எழுதினானே மூர்த்தி, அவனைக் கல்யாணம் செய்துகிட்டு இருக்கணும் அக்கா.

சாவித்ரி: நீ காதல் கல்யாணம் பண்ணிக்கிட்டே. உன் விருப்பப் படித்தான் செய்துகிட்டே பிடிவாதமா. அப்பா எத்தனை வருத்தப்பட்டார் தெரியுமா?

சரளா: ப்ச். பேசாம அம்மா பார்த்தவனையே கல்யாணம் பண்ணிக்கிட்டு இருந்திருக்கலாம். உன்னைப் போல, குடியும் குடித்தனமும், மாசாமாசம் சம்பளத்தை விசு வாசமா கொண்டு வந்து கொடுத்துட்டு, குழந்தை

களுக்கு ஃபாரெக்ஸ் கரைச்சு, இன்ஷ்யூரன்ஸ் எல்லாம் புதுப்பிச்சு, ரேஷன் கார்டுக்கு பாலித்தீன் அட்டை போட்டு, கேஸுக்கு போன் பண்ணி.. ஆனா இதுதான் சந்தோஷமான்னும் சந்தேகமா இருக்கு.

சாவித்ரி: சரளா நாம ரெண்டு பேருமே மாட்டிக்கிட்டவங்கதான். நீ ஒரு வகையில, நான் ஒரு வகையில. நீயாவது எப்ப வாவது, சந்தோஷம்ங்கறதை பார்த்திருக்கே. நான் பார்த் திருக்கிறது சம்பிரதாயமான சந்தோஷம். உன்னை மாதிரி Mild இல்லை. புஸ்தகத்தில போட்டிருக்கிற சந்தோஷம். நீயாவது அடிபட்டாலும் ஐஸ்கிரீம் தின்னிருக்கே. ஊர் ஊரா ஆரம்ப நாள்களில் சுத்திப் பார்த்திருக்கே. ஹனிமூன் போயிருக்கே. கட்டுக்கட்டா கடிதம் எழுதி யிருக்கே. திருட்டுத்தனமா சந்திச்சு நரம்பு துடிக்க பதில் எழுதியிருக்கே. போட்டோ எடுத்துக்கிட்டு, பஞ்சாபி டிரஸ் போட்டுக்கிட்டு போட்லயும் ப்ளேன்லயும் போய் இருக்கே. உன்பேர்ல சந்தேகம்னா உன்னை விரும்பற தாலதானே சந்தேகம்? என் புருஷனுக்கு அது எதும் இல்லை. வருவார். ‘சாவித்ரீ! காப்பி’ம்பார். வாட்சை கழட்டி வெப்பார். குளிப்பார். சட்டையை மாட்டிட்டு டிவி பார்ப்பார். குழந்தைகளுக்கு பாடம். எட்டரை மணிக்கே கொட்டாவி. சரியா ஒம்பதரைக்கு வீடு நிசப்தம் ஆயிடணும். இவர்கிட்ட எப்படி பிள்ளை பெத்துக்கிட்டேன்னு ஞாபகம் இல்லை.

சரளா: ஆரம்பத்திலிருந்தே இப்படியா?

சாவித்ரி: ஆமாம்.

சரளா: பாபுவும் காஞ்சனாவும் எப்படிப் பிறந்தாங்க? ‘இம் மாகுலேட் கன்ஸெப்ஷனா?’

சாவித்ரி: ரெண்டு பேரும் மாட்டிக்கிட்டு இருக்கோம்.

சரளா: இதிலிருந்து எப்படித் தப்பிக்கிறது?

சாவித்ரி: உன்னால வேணா முடியும். என்னால முடியாது. பாசம் குடும்பம்னு பேர் சொல்லிக்கிட்டு பந்தங்கள்.. அதையெல்லாம் இரவோடு உருவறது சாத்தியமே இல்லை. என் மனசு தயாரில்லை.

சரளா: என்னால எப்படி முடியும்ங்கற?

சாவித்ரி: உன் புருஷன் அடிக்கறான்னா அவனை விட்டு பிரிஞ்சுர முடியாதா உன்னால? சொந்தமா சம்பாதிக்க முடியாதா?

சரளா: என்னாலயா!

சாவித்ரி: ரிஸப்ஷனிஸ்ட், க்ளார்க். ஆயிரம் ரூபா சம்பாதிக்க முடியாது?

சரளா: ம்ஹூம். அதெல்லாம் ஒரு எழவும் தெரியாது. சிரிக்கத் தெரியும். சிரிப்போட நிக்காது. அதன் ப்ராப்ளம். டைப்பு, வோர்ட் ப்ராஸஸர் எதும் தெரியாது. நான் ஒரு வெறும் பெண்; சோம்பேறி அக்கா! நான் சொந்தமா சம்பாதிக்க பெண்ங்கற ஒரே மார்க்கம்தான். அதில எனக்கு இஷ்ட மில்லை. ஆம்பிளைங்ககூட சரளமா பேசுவேனே தவிர, வேற எதுவும் கிடையாது. கற்புன்னு இல்லை, வெறுப்பு! இதுக்குத்தானா இத்தனை பீடிகை, முகஸ் துதின்னு ஒரு அதீதமான வெறுப்பு. அரை நிமிஷ வீழ்ச்சிக்கு ஆயிரம் கவிதையான்னு. அதனால..

சாவித்ரி: அதனால?..

சரளா: உனக்கும் விடுதலை கிடையாது. எனக்கும் கிடையாது. என்னிக்கு நம்மோட அறியாமை (Innocence) போச்சோ, அன்னிக்கே நம் சுதந்தரமும் போச்சு. உனக்கு எப்ப போச்சு?

சாவித்ரி: கோயில்ல. உனக்கு?

சரளா: எனக்கும் கோயில்லதான். பாரதி விழாவில நாம ரெண்டு பேரும் பாடினமே.. அந்தப் பாட்டு முடிஞ்சு வீட்டுக்குத் தனியா முரளிகூட வர்றேன். அப்பதான் ஆயிரக்கால் மண்டபத்தில குறுக்க போறப்ப இருட்டில.. சரி. நான் வரேன்க்கா. அனாவசியத்துக்கு உன் வாழ்க்கையில சிக்கல் விளைவிக்க விரும்பலை. ஒரே ஒரு தடவை நாம ரெண்டு பேரும் பாடினமே.. பாரதி விழாவிலே ப்ரைஸ் கூட வாங்கினமே! அந்தப் பாட்டை பாடுவம்க்கா. *(இருவரும் இயல்பாகப் பாடு கிறார்கள்)*

ஏட்டினையும் பெண்கள் தொடுவது தீமையென்று
எண்ணியிருந்தோர் மாய்ந்து விட்டார்
வீட்டுக்குள்ளே பெண்ணைப் பூட்டி வைப்போம் என்ற
விந்தை மனிதர் தலை கவிழ்ந்தார்
மாட்டையடித்து வசக்கித் தொழுவினில்
மாட்டும் வழக்கத்தைக் கொண்டு வந்தே
வீட்டினில் எம்மிடம் காட்டவந்தார்; அதை
வெட்டிவிட்டோம் என்று கும்மியடி..

போய்ட்டு வரேன்க்கா.

சாவித்ரி: *(அலமாரியிலிருந்து எடுத்து)* இந்தா டைகர் பாம் மருந்து தடவிக்க, ரொம்ப *அடிச்சானாம்மா?* வலிச்சுதாம்மா?

சரளா: வேண்டாம்க்கா. வீட்டில இருக்குது. சமாதானம் ஆனப் புறம் அவரே தடவி விடுவார். வரேன்!

(அவள் செல்ல)

கொஞ்ச நேரம் மௌனம், *(கதவு திறக்கும் சப்தம்)*

(சாவித்திரியின் கணவன் குரல்) சாவித்ரீ காப்பி!

(திரை)

12
அம்மன் பதக்கம்

1

தம்புசெட்டித் தெருவை ஒட்டிய சந்தில் மழை பெய்து ஓய்ந்து, சின்னக்குட்டைகளில் வானத் துணுக்குகள் தெரிந்தன. போக்கு வரத்து நெரிசலில், அந்த டாக்சி முன்னேறுவதற்குச் சற்று மூச்சுத் திணறியது. அதன் டிரைவர் ஆரனின் மேல் ஏறக்குறைய உட்கார்ந் திருக்க, சத்தத்தின் நாராசம் தாங்காமல் வசந்த் தான் புதிதாக வாங்கி யிருந்த வீடியோ கேமராவின் குட்டித்திரை மூலம் ஜன்னல் வழி யாகப் பார்த்தான். 'பாஸ் ஒரு டாக்சி வருது.' அருகே மேசையில் உட்கார்ந்திருந்த கணேஷ், தன் குறிப்புகளிலிருந்து நிமிராமல் 'நம்ம வீட்டுக்குத்தான் வந்து நிற்கும். நின்னதும் தானாகக் கதவு திறந்து, ஒரு பெண் இறங்குவாள். நம்ம கதவைத் தட்டுவாள். 'மிஸ்டர் கணேஷ் இங்கதான் இருக்காரா?'ன்னு கேப்பாள். அவள் பேரு..'

'பாப்பாவா?'

'இல்லை, கங்கா.'

'எப்படி இவ்வளவு விவரமா ஜோசியம் மாதிரி சொல்றீங்க?' கணேஷ், தன் பேனாவை மூடிவைத்து, 'நீ வர்றதுக்கு முன்னாடி அந்தப் பெண் போன் செய்தாள்.'

வசந்த், தன் 'காம்கார்டரை' சோபாவில் வைத்தான். டாக்சி அவர்கள் அறை வாயிலில் நிற்க, காக்கி சீருடை டிரைவர்

கதவைத் திறக்க, அந்தப் பெண் ஒயிலாக இறங்கி பணம் கொடுத்துவிட்டுத் தன் ஆ.கா. விரலால் அவர்கள் கதவு பட்டனை ஒத்துவதற்குமுன் வசந்த் கதவைத் திறந்து, 'வாங்க கங்கா! உங்களுக்காகத்தான் காத்திருக்கிறோம்' என்றான்.

'நீங்கள்தான் மிஸ்டர் கணேஷா?'

'இல்லை, நான் வசந்த்.'

'அவரு?'

'பின்னால் இருக்காரு. என்னைப் பார்த்தால் வக்கீலா தெரியலையா' என்றான் ஏமாற்றத்துடன்.

உள்ளே நுழைந்த பெண்ணுக்கு வயது பத்தொன்பதுக்கு மேல் ஒரு செகண்டுகூட இருக்காது என்று தோன்றியது. கரிய கூந்தல், கரிய கண்கள், உடலின் சாத்தியங்களை மழுப்பியிருந்த கரிய பளபளப்பு உடைகள். அதன் மார்புப் பகுதியில் எம்பிராய்டரி போட்டு, வசந்த்தின் இதயத்துடிப்பை கதிகலக்கச் சற்றே திறந்திருந்தது. பிரதான மூக்கில் குத்தி, ஒரே ஒரு சிறிய வைரம் பளிச்சிட்டது. தூக்கலான மூக்குக்குத் தோதாக இருந்தது.

'மிஸ்டர் கணேஷ் உங்களை சந்தித்ததில் பாதிக் கவலை தீர்ந்து போச்சு. மீதிக் கவலை உங்கள்கிட்ட இதை இதை..' சற்றே நடுங்கும் கைகளால் தன் பைக்குள் துழாவி, ஒரு காகிதத்தை எடுத்துக் கொடுத்தாள். 'முதல்ல சும்மா யாரோ விளையாடறாங் கன்னு நினைச்சு கிழிச்சுப் போட்டுட்டேன். நாலாவது முறை வரவும் எனக்கு பயமாயிருச்சு. ராஜு சார்ட்ட கேட்டப்ப, போலீஸ்கிட்ட போகவேண்டாம், கணேஷ்ன்னு ஒருத்தர், ஃபேமஸ் லாயர், தம்புசெட்டி ஸ்ட்ரீட்டில் இருக்காரு. அவர் கிட்ட காட்டலாம்னாரு.'

'தாராளமாகக் காட்டுங்க' என்றான், வசந்த்.

'உக்காரலாமா?'

கணேஷ் வசந்தை முறைத்துப் பார்த்துவிட்டு அந்தக் கடிதத்தை வாங்கிக்கொண்டான். படித்துவிட்டு நிமிர்ந்தான்.

'நீங்க யாரு சொல்லுங்க.'

'என் பேரு கங்கா. கலைத்துறையில் இருக்கேன்.'

‘புரியலை, கலைத்துறைன்னா?’

‘என்னை நீங்கள் டிவில பார்த்திருக்கலாம். விளம்பரப் படங்கள்ல வருவேன். தலைவலித் தைலம், சோப்பு, வாட்டர் ஹீட்டர். இரண்டாவது சானல்ல ‘வாழ்வின் வசந்தம்’னு ஒரு சீரியல்ல கூட வந்திருக்கேன்.’

‘வாட்டர் ஹீட்டர்னப்புறம் ஞாபகம் வருது. நீங்க பாத்ரூம் டவலை சுத்திக்கிட்டு வந்திருக்கீங்க! ஞாபகம் இருக்குது.’

‘அது வந்து ஜனனின்னு ஒரு மதுரைப் பொண்ணு. நான் கவர்ச்சி காட்டமாட்டேன். குடும்பப் பொண்ணா நல்ல மருமகளா, நல்ல மனைவியா, கணவனுக்கு காப்பி ஆத்திக் கொடுக்கற பொண்ணாத் தான் வருவேன். இது எனக்குப் பொழுதுபோக்குங்க! நாடகத்திலே, சினிமால நடிக்கத்தான் ஆசை. இன்ஸ்டிடியூட்ல ரெண்டு வருஷம் கோர்ஸ் பண்ணிட்டு.. நிறுத்திட்டேன். ராஜு சார்கூட கல்யாணம் ஆய்டுச்சு. நிறுத்திட்டேன்!’

‘உங்களைப் பார்த்தா கல்யாணம் ஆன மாதிரியே தெரியலை. அவ்வளவு அழகா இருக்கீங்க! ஆ! இப்ப தெரிஞ்சுடுச்சு. குருவிக் குட்டின்னு ஒரு சொட்டு நீலத்தில பக்கெட்லருந்து, வெள்ளை வெளேர்னு சட்டையைச் சொட்டச் சொட்ட உருவுவீங்க, நீங்கதானே?’

‘இருக்கலாம். ஞாபகமில்லை. ஆனால், எக்ஸ் ஆர்னு பேனா விளம்பரத்தில கணவருக்குக் கடுதாசி எழுதற விளம்பரத்தை எல்லாரும் நினைவு வைச்சிருக்காங்க. அதெல்லாம் கிடக் கட்டுங்க. இப்ப இந்த லெட்டருக்கு என்ன செய்ய? பயமா இருக்குது. அவர் வேற ஊர்ல இல்லை.’

‘ஸ்மோக் பண்ணலாங்களா?’

வசந்த் அவளை உற்சாகமாகப் பார்த்து, ‘தாராளமாக. நீங்க ஸ்மோக் பண்ணுவீங்களா!’

‘நான் எப்பவாவதுதான். இந்த மாதிரி டென்சனா இருக்கறப்ப. இன்ஸ்டிடியூட்ல ஒரு படத்தில் நடிக்கறதுக்கு கத்துக்கிட்டதுங்க!’

அவள் தன் கைப்பையிலிருந்து எம்.எஸ். என்ற சிகரெட்டை எடுத்து, தீப்பெட்டி எடுத்து, இடக்கையால் குச்சி உரசிப் பற்ற வைத்துப் புகையை விடுவித்தாள்.

‘இடக்கைப் பழக்கம் உள்ளவங்க பெரும்பாலும் நல்லா பேசு வாங்க. சித்திரம், கைவேலை இதெல்லாம் நல்லா செய்வாங்க!’

‘எனக்கு அதெல்லாம் ஒண்ணும் இல்லைங்க. நடிப்பேன் அவ்வளவுதான்!’

‘உலகத்தில் பதினைந்து சதம் இடது கைப்பழக்கம் உள்ளவங்க. இல்லையா, பாஸ்!’

கணேஷ் அந்தக் காகிதத்தை உற்றுப் பார்த்துக்கொண்டிருந்தான்.

வசந்த், ‘உங்களுக்கு ஆட்சேபனை இல்லைன்னா உங்க கூட ஒரு வீடியோ எடுத்துக்கலாமா?’

‘எதுக்கு?’

‘இப்ப நீங்க சொட்டு நீலம் பக்கெட்டுன்னு வர்றீங்க. எதிர்காலத் தில் திடீர்னு ஏதாவது ஒரு படத்தில வந்து, அது சக்ஸஸ் ஆகி, ஜூபிளி படமாயி, பெரிய ஸ்டாராப் போயிட்டா இந்தப் படத்தைக் காட்டி கங்கா நம்ம வீட்டுக்கு வந்திருந்தாங்கன்னு என் பேரப் பிள்ளைங்களுக்கு காட்டலாமில்லையா!’

கணேஷ், ‘அதெல்லாம் ஒண்ணுமில்லைங்க. புதுசா ஒரு வீடியோ கேமரா வாங்கியிருக்கான். அதை வச்சுக்கிட்டு நோண்டிக்கிட்டு இருக்கான். வசந்த் தன் வீடியோ கேமராவை இயக்க ‘சிரிங்க’ என்று சொல்ல, கணேஷ் அந்தக் கடிதத்தை மறுபடி படித்தான். அதில் நடுவில் இவ்வாறு எழுதியிருந்தது.

பதக்கம் வியாழன் கிடைக்காமல் போனால்
மிதக்கும் உனதுடல் அன்று.

‘இந்த மாதிரி மூணு லெட்டர் வந்திச்சு. இது நாலாவது. மற்ற தெல்லாம் எங்கோ கிழிச்சுப்போட்டுட்டேங்க. முதல்ல இவரு சீரியஸா எடுத்துக்கலை. இந்த நாலாவது வந்தப்புறமாத்தான்.. கொஞ்சம் பயமாயிருச்சு.’

‘இவருன்னா?’

‘வீட்டுக்காரரு. பேரு பத்மநாபராஜு. டப்பிங் சினிமாக்களுக்கு வசனம், பாடல் எழுதுவாரு. கெட்டிக்காரரு.’

‘மற்ற லெட்டர்ங்கள்ல என்ன எழுதியிருந்தது?’

'இதே மாதிரிதான். ஆனால், அதிகம் மிரட்டலை. பதக்கத்தைத் திருப்பித் தராட்டா அம்பாள் சபிச்சுடுவாங்க. இப்படி..'

'ஆமா, அது என்ன பதக்கம்?' என்றான் வசந்த்.

'அதை ஏன் கேக்கறீங்க? எனக்குக் கொஞ்சம் கோயில் ஆபரணங்கள், பழைய நகைங்கன்னா ஆசை. போன மாசம் ஒரு ஆள் வந்து, ரகசியமா ஒரு அழகான பதக்கம் காட்டினாரு. நடுவில மரகதத்துல சிவப்புக்கல் பதக்கம் வச்சு, சுற்றிவர முத்து, வைரம் எல்லாம் பதிச்சு, ட்ரெல்லிஸ் டிசைனும் பார்க்க ரொம்ப அழகான பதக்கம். ஜுவல்லர்ஸ்ட்ட காட்டி, தோசம் பார்த்து, மதிப்புப் போட்டு, கிட்டத்தட்ட ஒரு லட்சம் ரூபாய் கொடுத்து வாங்கிட்டேன். அப்ப புடிச்சுது, ஏழரை நாட்டு சனிம்பாங்களே! அது. ஏதோ கோயில்ல திருடின பதக்கம் போல இருக்கு. இந்த மாதிரி மொட்டைக் கடுதாசிங்க வர ஆரம்பிச்சுட்டது.'

'அது இப்ப எங்க இருக்கு?'

'லாக்கர்ல. எனக்கு என்னமோ பயமா இருக்குதுங்க. வேணாம் திருப்பி கொடுத்து தொலைச்சுரலாம்னா யார்கிட்ட கொடுக்கறது! மொட்டைக் கடுதாசிக்கு எப்படி பதில் போடறது? இவரானா 'பயப்படாதே! ஒண்ணும் ஆகாது'ங்கறாரு!'

'குறிப்பா இதில நாங்க என்ன செய்யலாம்?'

'நான் என்ன செய்யணும்னு சொல்லுங்க, போதும்.'

வசந்த், கணேஷைப் பார்க்க, கணேஷ் 'சிம்பிள்! போலீசுக்கு இந்தக் கடிதத்தைக் காட்டி பாதுகாப்பு கேளுங்க, அவ்வளவுதான்!'

'அதில்தாங்க சிக்கல்! என் வீட்டுக்காரு கூடாதுங்கறாரு. போலீஸ்காரங்க பதக்கம் எப்படி வந்திச்சுன்னு நிச்சயம் விசாரிப்பாங்க. அது திருட்டு நகையா இருந்தா நம்மையே கைது பண்ணிருவாங்கங் கறாரு!'

'அப்படி ஆகாம பார்த்துக்கலாம். நாளைக்கு நாங்க உங்க வீட்டுக்கு வர்றோம். அட்ரஸ் கொடுத்துட்டுப் போங்க. இல்லை, உங்க வீட்டுக்காரரையும் கூட்டிட்டு வாங்க. போலீஸ் அனாவசியமா உங்களுக்கு எதுவும் தொந்தரவு தரமாட்டாங்க. எதுக்கும் நாங்களும் கூடவர்றோம், உங்க உரிமைகளைப் பாதுகாக்க..'

‘ராத்திரில ஏதாவது ஆயிருமோன்னு பயமா இருக்குதுங்க.’

‘வேணும்னா இங்க படுத்துக்கங்க!’ என்றான் வசந்த். ‘இல்லைங்க நீங்க வீட்டுக்குப் போங்க. லெட்டர்லயே வியாழக் கிழமை வரை டயம் கொடுத்திருக்கில்லை?’

‘இன்னிக்குத்தாங்க வியாழக்கிழமை.’

‘வீட்டுல காவலுக்கு ஆள் இருக்குதில்ல?’

‘ஒரு கூர்க்கா உண்டு. வீட்டில நான், அவரு, நாயி இவ்வளவு தான். இவரு பம்பாய் போயிருக்காரு. நாளைதான் வருவாரு. உறவுக்காரங்க ரெண்டு பேரை ராத்திரி வரச்சொல்லி இருக்கேன். நகை லாக்கர்ல இருக்குது. அதுக்கு ஏதும் ஆபத்து இல்லை. ஆளுக்குத்தான் ஆபத்து. அதுவும் தலையும் இல்லாம, வாலும் இல்லாம இந்தக் கடிதம்!’ அவள் தன் சட்டையின் பகுதியால் கண்ணீரைத் துடைத்துக்கொண்டாள்.

வசந்த், ‘அழாதீங்க டீ சாப்பிடுங்க! இது ஏதும் தீவிரமா எடுத்துக்கா தீங்க. பாஸ்! நான் வேணா ஒரு நடை கூடப்போய் ஆசுவாசப் படுத்திட்டு வரட்டுமா?’

‘வசந்த், அவங்க போலீசு பாதுகாப்புக் கேட்கிறாங்க. நீங்க போங்க. வீட்டு போன் நம்பர் கொடுங்க. நான் ராஜேந்திரன்கிட்ட பேசி தகுந்த ஏற்பாடு செய்யறேன்’ என்றான் கணேஷ்.

சட்டென்று மவுனமாகிவிட்டாள். முகம் சுருங்கிவிட்டது.

அந்தப் பெண் சற்று நேரத்தில் கண்களைத் துடைத்துக்கொண்டு புறப்பட்டுச் சென்றாள்.

வசந்த் அவள் திசையைப் பார்த்துக்கொண்டு, ‘உம்.. சில பேருக்கு மச்சம். நமக்கு வர்ற கேசெல்லாம் கல்யாணமான கேசா இருக்கு! பத்மனாபராஜு.. நீ அதிர்ஷ்டக்காரண்டா!’

‘பத்மநாபன் யாரு?’

‘புருசன்! பாஸ்! அந்த பொண்ணோட மூக்கில இருந்த வைரம், கன்னத்தில் கண்ணாடி மாதிரி ஒரு பிரதிபலிப்பு செஞ்சுதே.. கவனிச்சிங்களா? என்ன நிறம்! கடவுள் பிறக்கறதுக்கு முன்னாடி ஸ்பெஷலா பாலிஷ் போட்டு அனுப்பிச்சிருக்கார்!’

‘கவனிக்கலை.’

‘பின்னே என்ன கவனிச்சீங்க?’

‘நிறைய..’ கணேஷ் அந்த லெட்டரைப் பார்த்தான். ‘இரண்டு வரி குறள் வெண்பா! இதை எழுதிய ஆளு தமிழ்ப்பண்டிதர் அல்லது தமிழாசிரியரா இருக்கணும்.’

‘ஒவ்வொரு விரலுக்கும் ஒரு நிறத்தில க்யூட்டெக்ஸ் போட்டிருந்தாள். கவனிச்சீங்களோ!’

‘நான் கால்விரலைப் பார்த்தேன்... வசந்த்! சமீபத்தில கோயில் நகைங்க திருட்டுப்போனதா செய்தி ஏதாவது வந்ததா?’

‘கோயில் திருட்டு, பஞ்சாப் படுகொலை, இவை இரண்டும் தினப் படிதான் வருது!’

‘அதில் எத்தனை அம்மன் கோயில்?’

‘நீங்க எந்த ரூட்ல போறீங்க?’

‘எந்த ரூட்டும் இல்லை. சும்மா கேட்டேன். இது போலீஸ் கேஸ்! நம்மகிட்ட தப்பா வந்திருக்கா.’

‘தப்போ, ரைட்டோ வந்தாச்சு. வந்தவர்களை அரவணைச்சு, ஆதரிச்சு, மார்ல பயம்போக தடவிக்கொடுத்து, ஆசுவாசப் படுத்தி, ஒரு லிம்கா கொடுத்து..’

‘ஒண்ணும் வேண்டாம்! மேலும் அவ வீடு எங்கன்னு தெரியாது, அந்தப் பெண் கோவிச்சுக்கிட்டு போய்ட்டா, கவனிச்சியோ?’

‘ஆமாம், பின்னே? மெட்ராஸ்லயே ஃபேமஸ் லாயர்ட்ட வந்திருக்கா. போலீஸ்கிட்ட போன்னு அடுத்தாத்து அம்பி மாதிரி அட்வைஸ் பண்ணீங்க! பாஸ் எனக்கு என்னவோ அவ கண்ல ஒரு பயம் தெரிஞ்சுது!’

‘பொய். நீ கண்ணையே பார்க்கலை. மத்த விஷயங்களை பார்த்துகிட்டு இருந்தே!’

‘கொஞ்சம் கொஞ்சம் அசப்பில பார்த்தா குஷ்பு மாதிரியும், சில நேரம் பானுப்பிரியா மாதிரியும், சில நேரம் கவுதமி மாதிரியும்..’

‘இவங்கள்லாம் யாரு?’

‘நாசமாப் போச்சு! எந்த உலகத்தில் இருக்கீங்க!’

'நட்வர்லால் வர்சஸ் தி ஸ்டேட் ஆப் பீகார்ல ஒரு கேஸ் ஏ ஐ லருந்து எடுத்துத் தந்திட்டு வீட்டுக்குப்போ, நீ!'

'கங்கா வீட்டுக்கா?'

'அவ வீட்டு அட்ரஸ் கொடுக்கலை. போன் நம்பர் கொடுக்கலை. எப்படிப் போவ?'

'அதானே! ஏன்?'

'கோபம்.'

'நல்ல ஒரு சான்ஸ், மிஸ் பண்ணிட்டேன்.'

'எதுக்கு?'

'ஒரு அபலையை காப்பாத்தறதுக்கு.'

'காப்பாத்தறதோட நிக்கமாட்டே நீ!'

'மத்ததெல்லாம் இலவச இணைப்பு, பாஸ்!'

'நீ உருப்படமாட்டே!'

வசந்த், அந்தக் குறிப்புகளைக் கொடுத்துவிட்டு, 9:30-க்கு புறப்பட்டு, 'காசினோல 'காலேஜ் கர்ள்ஸ்'னு புதுசா ஒரு ஆர்ட் பிலிம் வந்திருக்கு பார்க்கலாம்' என்றான்.

'இங்கிலீஷ் படமா?'

'இல்லை, மலையாளப்படம்!'

கணேஷ் புன்னகையால் அதட்ட, வசந்த் தன் கவஸாக்கியை உசுப்பி, சந்தே திடுதிடுக்க புறப்பட்டுச் சென்றதும், கணேஷ் தன் கேஸ் குறிப்பு களில் ஆழ்ந்தான். ஏதோ அவனுக்கு மனதில் உறுத்தியது. ஒருவேளை அந்தப் பெண்ணுக்கு உடனே உதவியிருக்க வேண்டுமோ என்று யோசித்தான். அவள் விட்டுப்போயிருந்த அந்தக் குறைக்கடிதத்தை மறுபடி மறுபடி பார்த்தான்.

பதக்கம் வியாழன் கிடைக்காமல் போனால்
மிதக்கும் உனதுடல் அன்று.

-நிச்சயம் தமிழ் தெரிந்த ஆசாமி! சிலவேளை வார்த்தைகள் கவிதை இலக்கணப்படி தற்செயலாக அமையும். ஆனால் இதில் ஏழு சீர்களும் பொருந்தியிருக்கின்றன.

மிதக்கும் உனதுடல்!

கணேஷுக்கு திடீர் என்று வியர்த்தது. அந்தப் பெண்ணை மறுபடி பார்க்கப் போகிறோமா என்ற சந்தேகம் வந்தது.

ஏன் போய்விட்டாள்? டெலிபோன் நம்பர் கேட்டேனே, கோபமா? கோபம்தான்.

டெலிபோன் டைரக்டரியை எடுத்து கங்கா என்ற பெயரில் தேடினான்.

கங்கா புக் டிப்போ, கங்கா காவேரி டிராவல்ஸ், கங்கா டிராவல், கங்காராம்.. ஊகூம்.

கணவன் பெயர் என்ன சொன்னாள்?

பத்மனாபராஜு..

ஏ.பத்மனாபராஜு என்ற பெயரில் ஒரு மைலாப்பூர் நம்பர் சிஐடி. காலனியில் இருந்தது. அதை டெலிபோனில் சுழற்றினான். அடித்துக்கொண்டே இருந்தது.

கணேஷ், இரவு இரண்டு மணிக்குத் தன் ஆபீசு அறைக்கு அடுத்த படுக்கை அறையில் 'ஒலிம்பிக்ஸ்' பார்த்து முடித்துவிட்டுத் தூங்கப்போனான்.

2

அதிகாலையில் மழை பெய்தது. பச்சை வாழைப்பழம் கோலமாவு விற்பவர்கள் குரலும், ஆட்டோ ரிக்ஷா கமறல் களும், சைக்கிள் பால்மணிகளும், அவ்வப்போது மெயின் ரோடில் அலறும் பல்லவன் பஸ்களும் கலந்த குரலில் நகரம் அவனை எழுப்பியது.

கணேஷ் எழுந்து பல் தேய்த்து, முகம் கழுவி, பையன் கொண்டு வந்திருந்த காப்பியை ஒரு கையில் வாங்கிக்கொண்டு அன்றைய செய்தித்தாளைப் புரட்டினான்.

அயோத்தியும் பஞ்சாபும் காஷ்மீரும் பார்சிலோனாவும் ஆக்கிர மித்த முதல் பக்கத்தின் ஓரத்தில் சின்னதாக பாக்ஸ் மேட்டர் பகுதியில் புறநகரில் கொள்ளை, சைக்கிள் திருட்டு, விபசாரம் போன்ற சின்னச் சின்ன பாவச்செய்திகளின் இடையில்,

நடிகை கொலை

'விளம்பரப் படங்களில் நடிக்கும் கங்கா என்ற நடிகை நேற்று இரவு மைலாப்பூர் சி.ஐ.டி.நகர் வீட்டில் கொலை செய்யப்பட்டாள். கங்கா 'வாழ்வும் வசந்தமும்' என்ற தொலைக்காட்சித் தொடரிலும், விளம்பரப் படங்களிலும் நடித்துள்ளார். மைலாப்பூர் போலீசார் புலன் விசாரணை செய்து வருகிறார்கள்.'

கணேஷ் 'மைகாட்! தப்பு பண்ணிட்டேன்' என்றான். அப்போது டெலிபோன் ஒலிக்க அதை எடுத்து, 'வசந்த், அந்த கங்கா போயிட்டா!' என்றான். 'யார் கணேசா பேசுவது?' என்று ஒரு அதிகாரக்குரல்.

'எஸ்! சார் நான், என் ஜூனியர் வசந்த்துன்னு..'

'நான் இன்ஸ்பெக்டர் மணவாளன். மைலாப்பூர் போலீஸ் நிலையத்திலிருந்து பேசறேன். கங்காங்கற பெண்ணை உங்களுக்குத் தெரியுமா?'

'ஆமாம்.'

'அந்த பொண்ணு கொலை செய்யப்பட்டுட்டா.'

'பேப்பர்ல பார்த்தேன்!'

'போட்டுட்டாங்களா, அதுக்குள்ள! இந்த 'தந்தி'க்காரங்க போலீஸ்காரங்களுக்கு முந்தியே வந்துர்றாங்கய்யா. கணேஷ், நீங்க ஆபீஸ்லதானே இருப்பீங்க? உங்களை நான் பத்து மணிக்கு வந்து பார்க்கலாமா?'

'வாங்க இருக்கேன்.'

டெலிபோனை வைத்தபோது வசந்த் உள்ளே நுழைந்தான்.

'பாஸ்! கங்கா காலி!'

'தெரியும். இப்பத்தான் இன்ஸ்பெக்டர் போன் செய்தார்.'

'அவருக்கு எப்படித் தெரியும்? அந்தப் பெண் இங்க வந்தான்னு!'

'அவரு வந்தாத் தெரியும்' என்றான் கணேஷ். வசந்தை நேராகப் பார்க்கத் தயங்கினான்.

'வெறுப்பேத்தறேன்னு நினைச்சுக்காதீங்க. அந்தப் பொண்ணு கூப்பிட்டப்ப நாம் மரியாதையா போயிருக்கலாமா இல்லையா?'

'தவறு' என்றான் கணேஷ்! 'சாதாரணமா மொட்டைக் கடுதாசிங் களை யாரும் தீவிரமா எடுத்துக்கமாட்டாங்க.'

'இருக்கலாம். ஆனா, இது அம்மன் நகை சம்பந்தப்பட்ட மொட்டை. அதனால் கொஞ்சம் எச்சரிக்கையா இருந்திருக்கணும். நம்ம நாட்டில பாதி கொலைங்களுக்கு காரணம் மதம்! மீதி பொம்பளை! இதில ரெண்டுமே உண்டு! கங்கா! போய்ட்டியே! வலது பக்கம் பார்த்தா குஷ்பு மாதிரி இருந்தியே! அவள் வைச்சிருந்த அம்மன் பதக்கத்துக்காகக் கொன்னிருக்காங்களா?'

'இன்ஸ்பெக்டர் வந்தால் விவரம் தெரியும்!'

இன்ஸ்பெக்டர் மணவாளன் மாருதி ஜிப்ஸியில் வந்தபோது சரியாகப் பத்து மணி என்பதை கவனித்தான் கணேஷ். சொன்ன வாக்கைக் கடைப்பிடிப்பவர் போல இருந்தார். கருப்பாக இருந் தாலும் கண்களிலும் பற்களிலும் பிரகாசமிருந்தது. சீருடையிலும் நடையிலும் விறைப்பு இருந்தது.

கணேஷ் அவரை கைகுலுக்கி வரவேற்று, 'என்ன சாப்பிடறீங்க?' என்றான்.

'டீ' என்றார். 'இவர்தான் உங்க பிரபல அசிஸ்டெண்டா?'

'அப்பாடா!' என்றான் வசந்த். 'சார், எப்படி உங்களுக்குத் தெரியும், அந்தப் பொண்ணு இங்க வந்தது?'

'எங்க போலீசுக்கும் கொஞ்சம் மூளை உண்டுங்க! டெலிபோன் டைரக்டரி திறந்திருந்தது. அதில் சீட்டு வச்சிருந்தது. உங்க நம்பர் எழுதியிருந்தது. எதுக்கும் ஒருகால் போட்டுப் பார்க்கலாம்னு டயல் பண்ணினேன்.'

'பலே.'

கணேஷ், 'அந்தப் பெண் எங்களை நேற்று மாலை வந்து பார்த் தாள்.'

இன்ஸ்பெக்டர் தன் குறிப்புப் புத்தகத்தை எடுத்து, 'எத்தனை மணி இருக்கும்?'

‘சுமார் ஆறு மணி, சாயங்காலம்.’

‘எதுக்கு வந்தாங்க?’

கணேஷ் அந்தக் காகிதத்தை அவரிடம் காட்டி, ‘இந்த மிரட்டல் கடிதம் வந்ததாம். என்ன செய்வது என்று கேட்டாள்.’

அவர் அதைப் படித்துவிட்டு, ‘பதக்கம்.. என்ன பதக்கம்?’ என்று கேட்டார்.

‘ஏதோ ஒரு அம்மன் கோயில் நகையின் பதக்கம் ஒன்று அவகிட்ட இருக்கிறதா சொன்னாங்க! ஒரு மாசம் முன்னாடி லட்ச ரூபாய்க்கு வாங்கினாளாம்.’

‘அப்படியா சேதி! இதை விசாரிச்சுடலாமே! நன்றிங்க. இது முக்கியமான திருப்பம்!’

‘எப்படி செத்துப் போனாங்க?’ என்றான் வசந்த்.

‘பாத்டப்ல தண்ணி ரொப்பி, பாடியை வைச்சு அழுத்திருக்காங்க! மூச்சு நிக்கறவரைக்கும்! நான் போறப்பப் பிணம் ஊதிப்போய் மிதந்துகிட்டு இருந்தது!’

‘உங்களுக்கு சேதி சொன்னது யாரு?’

‘யாரோ ‘பி.சி.ஓ’லருந்து போன் பண்ணிருக்கான். பேர் சொல்லலை. ‘இந்த மாதிரி இடத்தில் கொலை நடந்திருக்கு, போய்ப் பாருங்க’ன்னு! நான் பீட் கான்ஸ்டபிளுக்கு ரேடியோ மூலம் சேதி சொல்லிப் பார்க்கச் சொன்னேன்.’ அந்தக் கடிதத்தை மறுபடி படித்தான்.

‘இதில் கூட ‘மிதக்கும் உனதுடல் இன்று’ ன்னு சரியாகத்தான் போட்டிருக்கு. இதை லேபுக்கு அனுப்பறேன்.’

‘பாடி எங்க இருக்குது?’

‘பிளாட்லதான் இருக்குது. போஸ்ட்மார்டம் அனுப்பப் போறோம். வரீங்களா, பார்க்க!’

கணேஷ், வசந்தைப் பார்க்க, ‘நீங்க போய்ட்டு வாங்க பாஸ். உயிரோட பார்த்துட்டு, இப்ப செத்த உடலைப் பார்க்கறதுன்னா

எனக்கு ரொம்ப டல்லாயிரும்! ஒரு ரத்தப் பொறியல், க்வார்ட்டர் அடிச்சாத்தான் சரியாகும்.'

'இல்லை வசந்த் நீயும் வா!'

'தலைல எழுத்து.'

'கணேஷ், வசந்த்! உங்க ரெண்டு பேரையும் பத்தி நிறையப் படிச்சிருக்கேன். நீங்க இந்த கேஸ்ல குற்றவாளியைக் கண்டு பிடிக்க உதவி செய்தால் வரவேற்போம். விருதுகூடக் கொடுப் போம்!'

'இது ஒன்றும் பெரிசில்லை' என்றான் வசந்த்.

'அருகாமையில நகை திருட்டுப் போன கோயில்களையெல்லாம் விசாரியுங்க. எவனாவது ஒரு வெறிபிடிச்ச பக்தன்..'

'ஒரு போன் பண்ணிக்கலாங்களா?'

'தாராளமா.'

'பாம்பேக்கு ட்ரங்கால்! பாம்பேக்கு எஸ்.டி.டி. என்னங்க!'

'022.'

'இன்னும் ஹஸ்பண்டுக்கு தகவல் போகலியா?'

'இன்னும் இல்லை. பம்பாய் போயிருக்கறதா பக்கத்து பிளாட்ல சொன்னாங்க. இந்தாங்க நீங்களே டயல் பண்ணுங்க.'

கணேஷ், இன்ஸ்பெக்டர் கொடுத்த எண்களைச் சுழற்றினான். எதிர்முனை அடித்ததும் கொடுத்தான். 'அலோ.. அங்க மிஸ்டர் பத்மநாபராஜுங்கறவர்.. ஓ.. நீங்கதானா.. மிஸ்டர் ராஜு, நான் இன்ஸ்பெக்டர் மணவாளன் மைலாப்பூர் போலீஸ் ஸ்டேஷன் லருந்து பேசறேன். உங்க மனைவி கங்கா.. உங்கள் வீட்டில் மர்டர் ஆயிருச்சு. உடனே.. அடுத்த பிளைட்டை பிடிச்சு ஐஆம். சாரி, இப்படி திடுதிடுப்புன்னு.. மிஸ்டர் ராஜு காம் யுவர் செல்ப்! ப்ளீஸ்! ஐ நோ.. ஐ நோ.. என்ன பண்றது.. யாருன்னு தெரியலை. நீங்க மெட்ராஸ் வந்தீங்கன்னா அடுத்த பிளைட்டில.. நாங்கள் பாடியை போஸ்ட்மார்ட்டம் அனுப்பலாம்!'

போனை வைத்துவிட்டு, 'அழறார்' என்றார் மணவாளன்.

3

மைலாப்பூரில் சி.ஐ.டி.காலனியில் நிழலான வீதியில் 1950-க்களில் கட்டிய வீடுகளின் மத்தியில் ஒரு நவீன ப்ளாட்டு கட்டடத்தின் வாசலில் இரண்டு ஜீப்கள் நின்று கொண்டிருக்க, அக்கம்பக்கத்தவர்கள் கூட்டம் சேர்ந்திருந்தார்கள். பேஸ்மென்ட்டில் கார்களும், ஸ்கூட்டர்களும் நிற்க, கங்காவின் வீடு முதல் மாடியில் இருந்தது. கணேஷும் வசந்தும் தயக்கத்துடன் நுழைய, கூடத்தில் பளிச் பளிச்சென்று 'பிளாஷ்' மின்னல் அடித்துக் கொண்டிருந்தது. ஓரத்தில் கட்டியிருந்த 'பாமிரெனியன்' பயத்தில் முணுமுணுத்துக்கொண்டிருந்தது.

கங்கா, அந்தக் கரிய உடையில்தான் இருந்தாள். உடை நனைந்து உடம்போடு ஒட்டியிருந்தது. 'ச்ச்ச்! நேத்திக்கு முழுசா உயிரோட பார்த்தேங்க இவங்களை இதே உடையில்..'

'உடை மாத்தக்கூட நேரம் கிடைக்காம தாக்கப்பட்டிருக்காங்க!'

'முகம் வீங்கி என்னமோ மாதிரி ஆய்டுச்சுங்க. உதடு கூட வீக்கமா!'

'ஏறக்குறைய எட்டு மணி நேரம் தண்ணில கிடந்திருக்காங்க. கழுத்தை நெரிச்சு, தண்ணில அமுக்கிருக்காங்க. நாங்க வந்து பார்த்தபோது பாத்ரூம் எல்லாம் தண்ணி கொட்டி, குளமா இருந்தது.'

'தண்ணில வைச்சு அமுக்கறப்ப போராடிருக்காங்கன்னு அர்த்தம்.'

'ஏம்மா உம்பேர் என்ன சொன்னே? வீட்டில ஏதாவது திருட்டுப் போயிருக்கா தெரியுமா?'

'அய்யா வந்தப்புறம் தெரியுமுங்க' என்றாள் வேலைக்காரி.

'இந்த நாய் வேத்து ஆளுங்க வந்தா குறைக்குமா?' என்றார் இன்ஸ்பெக்டர்.

'நல்லா குறைக்குங்க.'

கணேஷ் அருகில் பார்த்தான். 'குஷ்பு மாதிரி பானுப்ரியா மாதிரி இருக்கேன்னியே இப்ப யார் மாதிரி இருக்கா?'

'பாஸ், கடுப்பேத்தாதீங்க. கங்காவா இது! மோடி ஜுரிஸ்புடன்ஸ் புத்தகத்தில்தான் இந்த மாதிரி காட்சியெல்லாம் பார்த்திருக்கேன். டிரஸ் ஒண்டிதான் அப்படியே இருக்கு!'

'வாங்க பாஸ் தாங்கலே! போயிரலாம். மிஸ்டர் மணவாளன் மீண்டும் சந்திக்கலாம். ஏதாவது திருட்டுப் போயிருச்சான்னு கேட்டீங்களே.. இந்தப் பெண் நேத்திக்கு மூக்கில சின்னதா வைரம் இருந்தது. அதை யாரோ எடுத்திருக்காங்க!'

'கணேஷ் கொஞ்சம் இருக்கீங்களா? உங்களுக்கு ஆட்சேபணை இல்லைன்னா.. உங்களை இன்னும் கொஞ்சம் கேள்விகள் கேட்கணும். அக்கம் பக்கத்தில் விசாரிச்சுட்டு உங்ககிட்டே வர்றேன். காப்பி சாப்பிடறீங்களா?'

'சோடா இருக்குமா?' என்றான் வசந்த். 'ஒரு ராத்திரில எப்படி முகம் மாறிப்போச்சு! பயங்கரம்!'

கணேஷ் 'நீங்க விசாரிக்கறப்ப கூட இருக்கலாமா?' என்றான்.

'தாராளமா! நீங்கள் கூட கேள்வி கேட்கலாம்.'

கூர்காவை முதலில் விசாரித்தபோது, ராத்திரி ஒன்பதரை வரை அங்கே ஆட்கள் வந்து போவார்கள் என்றும், அதன்பின் கேட்டைப் பூட்டிவிடுவான் என்றும் சொன்னான்.

'யாராவது சந்தேக கேஸா, புது ஆளு பார்த்தீங்களா?'

'இல்லீங்க!'

'நான் பார்த்தேங்க' என்றார் கூட்டத்தில் ஒருவர்.

'நீ யாருப்பா?'

'எதுத்தாப்பல மரத்தடியில வண்டில இஸ்திரி போடறவங்க.'

'என்ன பார்த்தே?'

'கருப்பா, உயரமா தாடி வெச்சுக்கிட்டு ஒரு ஆளு மேலும் கீழும் உலாத்திக்கிட்டு இருந்தாங்க.'

'எத்தனை மணி இருக்கும்.'

'பத்து பத்தரை இருக்கும்.'

‘கங்கா அம்மா எப்ப வந்தாங்க?’

‘நான் பார்க்கலைங்க.’

‘கூர்க்கா, நீங்கள் பார்த்தீங்களா?’

‘பார்க்கலைங்க. ஒன்பதரைக்கு முந்தி வந்திருக்கலாங்க!’

‘கணேஷ், அவள் உங்க வீட்டை விட்டு கிளம்பறப்ப எத்தனை மணி இருக்கும்?’

‘ஏழு, ஏழரை. கவனிக்கலை.’

‘அப்ப நேரா உங்க வீட்டிலிருந்து இங்க வந்திருக்கணும்.’

‘ஆம்’ என்றான் கணேஷ். அவன் யோசனை வெகு தூரத்தில் இருந்தது.

‘அந்த தாடி வச்ச ஆளைப் பார்த்தா அடையாளம் காட்டுவியா?’

‘காட்டுவேங்க.’

‘தினம் ராத்திரில வந்துகிட்டு இருந்தான். ‘அம்பாள் அம்பாள்’னு உக்கிரமா பார்த்துட்டுப் போவான். எல்லாரும் பயந்துகிட்டு காசு கொடுப்பாங்க.’

இன்ஸ்பெக்டர் அந்த மாடிக் கட்டடத்தின் எதிரே இருந்த இரண்டு மூன்று கடைகளில் விசாரித்தார். ஒரு பேக்கரி, ஒரு வீடியோ காசட் கடை, ஒரு ‘பொட்டீக்’ போன்ற நவீன உடை விற்கும் கடை.

அந்தக் கடையில் ஒரு இளம் பெண் இருந்தாள். ‘ஹாய்!’ என்ற வசந்த் அவளருகில் சென்று விசாரித்தான். அந்தப் பெண் சுயிங்கம் மெல்லுவதை வாழ்க்கை முழுவதும் நிறுத்தமாட்டாள் போலத் தோன்றினாள். தொளதொள வெள்ளை சட்டையும் காற்றில் அடிக்கடி தள்ளப்படும் கூந்தலுடன் ‘ஹாய்’ என்றாள்.

‘எதிர்த்த வீட்டில கங்கான்னு ஒரு பொண்ணு.’

‘எனக்கு அவங்களை தெரியும் அங்கிள்! ஸச் எ நைஸ் கேர்ள்! வாரா வாரம் டிரஸ் வாங்குவாங்க. நான் உள்ள போய் பார்த்துட்டேன். ஹாரிபிள்! முகம் எல்லாம் வீங்கிப் போய்..! அவங்க போட்டுக்கிட்டு இருந்தாங்களே கறுப்பு டிரஸ்.. போன

வாரம்தான் கடைக்கு வந்து வாங்கிட்டுப் போனாங்க. ரெண்டு டிரஸ், கொஞ்சம் கொஞ்சம் டிசைன் வித்தியாசத்தில் ரெண்டு டிரஸ். நல்ல பாலியெஸ்டர் மெட்டீரியல். பம்பாய்லருந்து வந்த டிசைன். அதை அந்த பாடில பார்த்ததும் அங்கேயே அழுதுட்டேன் அங்கிள்.'

'இனிமே நீ என்னை அங்கிள்னு கூப்பிட்டா நானும் அழுவேன்.'

அவள் வெள்ளைமணி போலச் சிரித்தாள். 'சாரி உங்க பேரு?'

'வசந்த், இன்னிக்கெல்லாம் இருந்தா என்ன வயசுங்கறே எனக்கு? யு ஆர் லிப்ரா, ரைட்?'

'இல்லை. ஸஜிட்டேரியன்.'

'ஸஜிட்டேரியன்னா! ஹை ஜம்ப் நல்லா தாண்டுவியே!'

மறுபடி வெள்ளிமணி ஒலிக்க, கணேஷ் 'வஸந்த் தட்ஸ் இனப்' என்றான்.

பேக்கரி கடைக்காரர், 'கங்கா, ஒரு நாள் விட்டு ஒரு நாள், டபுள் ரொட்டி வாங்க கடைக்கு வருவாள்' என்று சொன்னார். 'நல்ல பொண்ணுங்க! அடக்கமான பொண்ணுங்க! எனக்கென்னவோ அந்த அம்பாள் பைத்தியம்தான் செய்திருக்கணும்னு தோணுது. இங்கேயே சுத்திக்கிட்டு இருந்தான். மேலேயும் கீழயும் உலாத்துவான். பேக்கரில வந்து கேக்ஸ் கொண்டாம்பான். துரத்தினா முறைச்சுப் பார்ப்பான்!'

'எல்லாம் அவன்கிட்ட கொஞ்சம் பயந்துகிட்டுதான் இருந்தோம்' என்றார் வீடியோ காசட்காரர்.

'உங்கள் கடைக்கும் வருவாங்களா?'

'கங்கா வரமாட்டாங்க. ராஜுதான் வருவாரு. தினம் ஒரு இந்தி, ஒரு இங்கிலீஷ் படம் தவறாமல் எடுத்துட்டுப் போவாரு! அவர் சினிமாவுக்குக் கதை எழுதுவாரு. அண்மையில ராஜசேகர் தெலுங்கு படங்களை எடுத்து, முழுதும் கதை வசனம் பாடல் எல்லாம் மொத்த காண்ட்ராக்ட்டா எழுதி, டிஸ்டிரிப்யூஷன் ரைட்சையும் எடுத்துப்பாருங்க. 'இதுதாண்டா உதை'ன்னு நூறு நாள் போகும்னு எடுத்தாருங்க. கடிச்சிருச்சு! அவருக்குத்தான், பாவங்க! இந்தம்மா ஏதோ சம்பாதிச்சுகிட்டு, விளம்பரப்

படங்கள்ள சம்பாதிச்சுகிட்டு இருந்தது. இவங்களும் போயிட் டாங்க! நம்ம கடையிலே ஆயிரம் ரூபா பாக்கிங்க!' என்று நோட்டுப் புத்தகத்தை எடுத்துக் காட்டினார்.

இதற்குள் ஒரு சப்-இன்ஸ்பெக்டர், மணவாளன் அருகில் வந்து, 'சார் முக்கியமான ஒரு க்ளூ கிடைச்சிருக்கு. ராத்திரில அந்தப் பைத்தியக்காரன் இந்தம்மா வீட்டைவிட்டு வெளியே போறதை ஒருத்தர் பார்த்திருக்காரு!' என்றார்.

'அப்படியா! கணேஷ் ஒரு நிமிடம். வந்துர்றேன்.'

'நானும் வரலாமா?''

'தாராளமா.'

வசந்த் அந்தப் பெண்ணிடம் மீண்டும் சென்று, 'அந்த டிரெஸ் என்ன விலை?' என்று கேட்க, கணேஷ் மணவாளனுடன் மீண்டும் வீட்டுக்குள் சென்றான்.

இரண்டாம் மாடியில் வசித்த ஓய்வு பெற்ற கோர்ட் ரிஜிஸ்திரார் ராமானுஜம் என்பவர், தான் மாடிப்படி வழியாகத் தம் பிளாட்டுக்கு மேலே சென்றதாகவும், அப்பொழுது ராத்திரி பத்து மணி இருக்கும் என்றும், கங்காவின் பிளாட்டிலிருந்து ஒரு தாடிக்காரன் கோட்டு போட்டுக்கொண்டு புறப்பட்டதாகவும் சொன்னார்.

வேற்று மனிதராகத் தோன்றுகிறதே என்று 'யாருப்பா நீ?' என்று கேட்டதற்கு பதில் சொல்லாமல் சரேல் என்று மாடிப்படி இறங்கிச் சென்றுவிட்டதாகச் சொன்னார். 'சந்தேகத்தோடு நான் கீழே அவன் பின்னாடி இறங்கிப் போனேன். அவன் மெயின் கேட்டு கூர்கா கூண்டு வழியாகப் போகாமல் பக்கவாட்டு காம்ப வுண்டு சுவர்ல ஏறித்தாண்டி அந்தப் பக்கம் குதிச்சுப் போயிட் டான். ரோட்ல வேகமாகவே நடந்தான்!'

'நீங்க கங்கா பிளாட்டுக்குள்ள போய்ப் பார்க்கலையா?'

'அவங்களை எனக்கு அதிகமாகத் தெரியாது. வேலைக்காரன் மூலமா அவர் பம்பாய் போயிருக்கிறதா தெரிஞ்சது.'

'நன்றி சார். முக்கியமான சாட்சியம் கொடுத்திருக்கீங்க. அந்த ஆளை பிடிச்சா, அடையாளம் காட்டி சாட்சி சொல்வீங்களா?'

'தாராளமா. நான் கோர்ட்டில ரிஜிஸ்திராரா இருந்து ரிட்டயர் ஆனவன். எனக்கு கோர்ட் கண்டா பயமில்லை.'

கணேஷ் 'சார் ஒரே ஒரு கேள்வி. அந்த ஆளு அப்ப வெளியே வந்தபோது நாய் குலைச்ச சத்தம் கேட்டுதா?'

அவர் யோசித்து, 'கேட்டதாக ஞாபகம் இல்லை.'

'கேட்டிருந்தா ஞாபகம் இருக்குமில்லை?'

'இருக்கும்.'

கணேஷ், இன்ஸ்பெக்டர் மணவாளனைப் பார்க்க, அவர், 'நாயை பிஸ்கட் அல்லது மருந்து ஏதாவது கொடுத்து குலைக்காமல் பண்ணிருக்கலாம்!'

கணேஷ், 'அதைவிட முக்கியம், அவன் நாயை மவுனமாக்கி யிருந்தா கொலைக்கு முன்னேற்பாடு ஆயத்தம் தெரியுது' என்றான்.

'உண்மைதான், மிஸ்டர் ராமானுஜம், நான் மறுபடி அவனை பிடிச்சப்புறம் உங்களை காண்டாக்ட் பண்றேன்.'

4

*சா*யங்காலம் விமானத்தில், சுமார் நாலேகால் மணிக்கு கங்கா வின் கணவன் பம்பாயிலிருந்து வந்தான்.

பத்மனாபராஜுவுக்கு சுமார் 30 வயதிருந்தது. இப்போதே முன்பக்கத்தில் மயிரிழக்கத் தொடங்கியிருந்தாலும், முகத்தில் ஒருவிதமான வசீகரம் இருந்தது. உதடுகள் மிக மெலிதாகச் சிவப் பாக இருக்க, கழுத்தருகில் மொசமொசவென்று முடி. மத்தியில் ஒரு தங்கச் சங்கிலியும் தொள தொளவென்று ஒரு தோடாவும், விரல்களில் மோதிரமுமாக இருந்தான். இந்த வயசுக்கு ஜீன்ஸ் அசம்பாவிதமாகத் தெரியவில்லை. காலை சவரம் செய்யாததால் முகத்தில் பச்சை பூசியிருந்தது. கண்கள் சிவந்து கங்காவைப் பார்த்ததும் 'கங்கா' என்று ஓலமிட்டு பெரிசாக மூச்சுவிட்டு கண்ணீர்விட்டுக் கதறினான். 'லெட்டர் வந்துச்சுன்னு போன் பண்ணினா. உடனே போய் கணேஷைப் பாருன்னு சொன்னேன்.'

'வந்தாங்க.'

‘சார், நான் தப்பு செய்துட்டேன். மூணு கடுதாசி வந்தது. முதல்ல வந்தப்பவே தீவிரமா எடுத்துக்கிட்டு இருந்திருக்கணும். போலீசுக்கு சொல்லாம.. கங்கா கங்கா! எப்படி துடிச்சியோ, எப்படி வலிச்சுதோ, உனக்கு!’

‘அந்தப் பதக்கம் உங்ககிட்ட இருக்குதா?’

‘பாழாப்போன பதக்கம்! இந்தப் பைத்தியக்காரிதான் வாங்கணும் வாங்கணும்னு பிடிவாதம் பிடிச்சா! வேணாம், வேணாம், திருட்டுச் சொத்துபோல் இருக்குன்னு நான் படிச்சுப் படிச்சுச் சொன்னேன். அம்பாள் பதக்கம் பழிவாங்கிருச்சு.’

‘மிஸ்டர் பத்மனாபராஜ், முதல்ல வீட்டில ஏதாவது காணாமல் போயிருக்குதான்னு..’

ராஜ், கங்காவின் உயிரற்ற உடல் அருகில் உட்கார்ந்து அவளைத் தொட்டுப் பார்த்து விசித்து விசித்து அழுதான்!

‘நீ இல்லாமல் நான் எப்படி உயிர் வாழப்போறேன், கங்கா! இன்ஸ்பெக்டர் இதை செஞ்சது யாரு? அவனைக் கொண்டு வாங்க. என் கங்காவைக் கொன்றவன் யாரு? அவன் கழுத்தை முறிக்கணும். கொண்டு வாங்க!’

‘மிஸ்டர் ராஜு! அந்தப் பதக்கத்தை லாக்கரிலிருந்து எடுத்து காட்டறீங்களா? அதிலிருந்து ஏதாவது ‘க்ளு’ கிடைக்கலாம்.’

பத்மனாபராஜு, தான் கொண்டு வந்திருந்த ஏர்லைன் பையின் ஜிப்பை உருவிப் பிரித்தான். தன் பையில் செருகி இருந்த ஏரோ ப்ளேன் நுழைவுச் சீட்டான போர்டிங் கார்டில் ஒரு டெலிபோன் எண்ணை எழுதி..

‘மிஸ்டர் கணேஷ், ஒரு உதவி செய்யுங்க! இந்த நம்பர்ல ஐ.ஓ.பி.பிராஞ்சுக்கு போன் பண்ணி லாக்கர்லருந்து அவசரமா எடுக்கணும், வரலாமான்னு கேளுங்க. அஞ்சு மணிக்குள்ள போனா சில வேளையில் அனுமதிச்சிருக்காங்க!’

‘அவசரம் இல்லைங்க. நாளைக் காலைலகூட எடுத்துப் பார்க்க லாம். இப்ப நீங்க வரதுக்காகத்தான் காத்திருந்தோம். பாடியை போஸ்ட்மார்ட்டம் அனுப்பணும்!’

‘அய்யோ கங்கா, உறவுக்காரங்களைத் துணைக்கு அழைச்சுக்க சொன்னேனே! என்னை விட்டுட்டு போயிட்டியே!’

உடலை ஸ்ட்ரெச்சரில் வைத்து, முழுவதும் மூடுமுன் கணேஷ் அந்த முகத்தை ஒருமுறை உன்னிப்பாகப் பார்த்தான்.

மணவாளன், ‘கணேஷ், நிரம்ப நன்றி’ என்றார்.

‘கொலைகாரன் கிடைச்சுருவானா?’

‘கிடைச்சுருவான். எல்லா ஸ்டேசனுக்கும் செய்தி போயிருக்குது. அருகாமை கோவில்கள்ல, பீச்சில், அந்தப் பரட்டைத் தலை தாடிக்காரனைத் தேடச் சொல்லியிருக்கோம். அவனை விரைவி லேயே கைது பண்ணிருவோம். தெருவிலேயே பலபேர் பார்த்திருக்காங்க, அவனை. நல்ல டிஸ்க்ரிப்ஷன் கிடைச்சிருக்கு. உயரமா கிழிஞ்ச டிஷர்ட் போட்டுக்கிட்டு கொஞ்சம் விந்தி நடப்பானாம்! ஏதோ ரிலிஜியஸ் ஃபானட்டிக் செய்ததா இருக்கும் போலத் தோணுது.’

கணேஷும் வசந்தும் திரும்ப ‘மாருதி’யில் சென்றபோது கணேஷ் அந்த பத்மநாபராஜு தந்த போர்டிங் கார்டை ஆர்வமின்றிப் பார்த்துக்கொண்டிருந்தான்.

பிளைட் நம்பர் 171 ஏசி. பத்மநாபராஜு. சீட் நம்பர் 27 ஏ.

‘என்ன பாஸ்! எனக்கு ஆறவில்லை. அந்தப் பெண்ணை காப்பாத்தியிருக்கலாம்! நாம மட்டும் நேத்திக்கு அவகூட..!’

‘சும்மா திருப்பித் திருப்பி அதையே போட்டு உரசாதே!’ என்றான் கணேஷும் கோபத்துடன்.

அதன்பின் அவர்கள் வீடு திரும்பியதும் மறுநாள் கோர்ட்டில் வரப்போகும் வழக்குக்காகக் குறிப்புகள் எழுதுவதைத் தொடர்ந் தார்கள். கணேஷ் அவ்வப்போது எழுதுவதை நிறுத்தி, தூரப் பார்வை பார்த்துக்கொண்டு மிகுந்த சிந்தனையில் ஈடுபடுவதை வசந்த் கவனித்து, ‘பாஸ்.. விட்டுத்தள்ளுங்க. அவள் தலைவிதி போய்விட்டாள். நான் ஒரு ஜோக் சொல்றேன். ஒரு சர்தார்ஜி கிட்ட வெள்ளைக்காரன் கேட்டானாம். ‘ஏன் சர்தார்ஜி, எல்லாரும் உங்களே ‘சிங்’குன்னு சொல்றாங்க?’

அதுக்கு சர்தார்ஜி ‘நீங்க இங்கிலாந்தில் ‘கிங்’குனு சொல்றீங்க. அதுமாதிரி இண்டியால சிங்!’

‘இதெல்லாம் ஒரு ஜோக்காடா!’

‘அப்ப இன்னும் கொஞ்சம் சூடா சொல்லட்டுமா! ஒரு ஆளுக்கு இதயத்தில் கோளாறு வந்திட்டுது. அதனால் டாக்டர் ‘இனிமேல் நீ வேலைக்குப் போகக்கூடாது. உன் மனைவியை வேலைக்கு அனுப்பு’ன்னாரு.’

‘எனக்குத் தெரிஞ்சது ஒரே ஒரு வேலைதானே’ன்னுட்டு அவ ராத்திரில வெளிய போயிட்டு லேட்டா திரும்பி வந்தாள்.’

‘எத்தனை சம்பாதிச்சே!’

‘அம்பது ரூபா பத்து பைசா!’

‘பத்து பைசா, யார் கொடுத்தான்?’

‘ஏன் எல்லாரும்தான்.’

கணேஷ், வசந்தின் மேல் சட்டப் புத்தகத்தை எறிந்தான்.

‘பாஸ்.. உங்க மூடு சரியில்லை. இல்லைன்னா என் ஜோக்குக்கு நிச்சயம் கால் இஞ்ச்சாவது சிரிச்சிருப்பீங்க!’

‘வசந்த்! அந்த கங்காவுடைய முகம்.. அது என்னைத் தொந்தரவு செய்யுது.’

‘பாஸ்.. அந்த மூக்குத்திகூட அம்மன் நகையா இருக்கணும். அதில் இருக்குது சூட்சுமம்.’

‘கொலை எப்படி நடந்திருக்கும்?’

‘பாத்ரூம்ல யாரும் டிரஸ் போட்டுக்கிட்டு குளிக்கமாட்டாங்க! இவள் நம்மை சந்திச்சுட்டு வீட்டுக்குப் போன உடனே நடந்திருக்கு இந்தக் கொலை.’

‘இல்லை, ராத்திரி பத்து மணிக்கு! ராமானுஜம் அப்பதானே அந்த அம்பாள் பைத்தியம் அந்த அறையைவிட்டு வருவதை பார்த்தாரு!’

‘நம்மகிட்டருந்து கிளம்பி சுமார் ஏழு, ஏழரைக்கு வீடு போய் சேர்ந்திருக்கா. ஏழரைல இருந்து இறந்து போகிற வரை டிரஸ் மாத்தலை.’

‘அதில ஏதும் பெரிசா தெரியலை எனக்கு.’

‘எது பெரிசா தெரியுது?’

‘பெரிசா எதும் தெரியலை. சிலது விபரீதமா தெரியுது!’

‘எது?’

‘அப்புறம் சொல்றேன்.’

‘கொலைகாரனை பிடிச்சுருவாங்கதானே?’

‘சந்தேகமே இல்லை, இட்ஸ், எ மேட்டர் ஆஃப் டைம்.’

5

மறுதினத்துக்கு மறுதினம் மணவாளன் போன் பண்ணியிருந் தார்.

கணேஷ் கோர்ட்டுக்குப் போயிருந்ததால் குறிப்பைப் பார்த்ததும், மதியம் மூன்று மணிக்கு மணவாளனுக்கு போன் செய்தான். ‘கணேஷ்.. ஆளு அகப்பட்டுட்டான்! அந்த கங்காவைக் கொலை செய்தவனை கந்தசாமி கோயில் கிட்டப் பிடிச்சோம்!’

‘அப்படியா, எங்க வைச்சிருக்கீங்க?’

‘இங்கேதான் போலீஸ் காவல்ல. தெருவில இருக்கிற அத்தனை பேரும் அடையாளம் காட்டிட்டாங்க.’

‘ராமானுஜம்..’

‘அவரும் இவன்மாதிரிதான் இருந்தான்னு சொல்லிட்டாரு. ஓப்பன் அன் ஷட் கேஸ்!’

‘நான் மைலாப்பூர் பக்கம் வருவேன். எதுக்கும் நான் ஒருமுறை எட்டிப் பார்த்துக்கிறேன். அவன் பைத்தியமா?’

‘அப்படித் தோணலை.’

‘விசாரிச்சீங்களா? குற்றத்தை ஒப்புக்கறானா?’

‘சரியா சொல்லமாட்டேங்கறான். தத்துவம் பேசறான்.’

‘ஃபிங்கர் பிரிண்ட் எடுத்துருவோம். கடிதம் அவன் எழுதினது தானான்னு பார்த்துருவோம்.’

6

கணேஷும் வசந்தும் அங்கே சென்றபோது அவனை மண வாளன் விசாரித்துக்கொண்டிருந்தார்.

‘எட்டு பேர் சொல்றே. உண்மைப் பேரு என்ன?’

‘பென்ரோஸ், மகுடபதி, நித்தியானந்தன்..’

‘உட்டன்னா தெரியுமா? சரியா சொல்லு கழுதே!’

‘வாங்க கணேஷ். இவனைக் கொஞ்சம் விசாரிங்க. ஆளு மசிய மாட்டான் போல இருக்குது. கொஞ்சம் தட்டணும். சாயங் காலமாகட்டும்னு பார்க்கறேன்.’

கணேஷ், அவனிடம் சென்று, ‘பாருப்பா, நான் போலீஸ் இல்லை, வக்கீல். உனக்கு ஏதாவது சொல்லணும்னா எங்கிட்ட சொல்லலாம்.’

அவன் தலைமுடி எண்ணெய் கண்டு ஒரு வருஷம் ஆகியிருக்கும். நெத்தியில் கீற்றாகக் குங்குமச் சிவப்பு. சிமெண்ட் கலர் கோட்டு. காலர் கிழிந்த சட்டைப் பைக்குள் ஏராளமான காகிதங்கள். மிளகாய் மூக்கு. உதடு தெரியாத மீசை, தாடி..

‘கங்காவை நீதானே கொன்னது?’

‘கங்கா யமுனா சரஸ்வதி! கொல்றது சாவறது இரண்டுமே ஒண்ணு தான். ஒன்று கிரியா, ஒண்ணு கர்த்தா!’

‘அம்பாள் நகை வேண்டாமா, உனக்கு?’

‘அம்பாள் அருள்தான் வேணும்.’

‘பிறகு எதுக்கு லெட்டர் எழுதின?’

‘எழுதச் சொன்னாள். எழுதினேன்.’

‘யாரு?’

‘அம்பாள்.’

‘அதேபோல கொல்லச் சொன்னாளா?’

‘யாரு?’

‘அம்பாள்.’

‘இல்லை. அம்பாள் உலக மாதா! அம்பாள் நகையை திருடினா அம்பாள்தான் தண்டிப்பா.’

கணேஷ், ‘ஹி இஸ் அவுட் அப் ஹிஸ் மைண்ட்’ என்றான்.

‘ஸ்பினோஸா படிச்சிருக்கியா, வக்கீலே?’

இன்ஸ்பெக்டர், ‘இவன் பாசாங்கு பண்றான் சார். ராத்திரிக்குள்ள தட்டற தட்டில எல்லாத்தையும் கக்கிருவான்.’

‘அதை நான் பார்க்க விரும்பல மணவாளன். இவனை பேப்பர்ல அந்த வார்த்தைகளை எழுதச் சொல்லுங்க.’

மணவாளன் ஒரு காகிதத்தையும் பேனாவையும் அவனிடம் கொடுத்து, ‘ஏய் சாமி! எழுது பார்க்கலாம்’ என்றார்.

‘பதக்கம் அதற்குள் கிடைக்காமல் போனால் மிதக்கும் உனதுடல் அன்று.’

அவன் தொடை மேல் காகிதத்தை வைத்துக்கொண்டு எழுதினான். மணவாளன் அவன் எழுதினதைப் பார்த்து அவனை ஓங்கிக் கன்னத்தில் அறைந்தான். ‘தா, மலையாளத்துலயா எழுதறே! பாசாங்கு பண்றியா.. வா, உள்ளே! கணேஷ் நீங்க போங்க! இது லேசில மசியாது. பொழுது விடியறதுக்குள்ள ஒத்துக்கிடுவான்.’

‘அம்பாள் நகையை திருடினா அம்பாள்தான் தண்டிப்பா’ என்று அவர் பின்னால் அவன் சென்றான்.

கணேஷும் வசந்தும் காவல் நிலையத்திலிருந்து காரில் திரும்பிய போது, ‘காலை பத்து மணிக்குள் ஒப்புக்க வச்சிருவாங்க. கேஸ் குளோஸ்!’ என்றான்.

‘வசந்த்! அந்தப் பைத்தியக்காரன் செய்திருப்பானா?’

‘எனக்கும் சந்தேகமாகத்தான் இருக்குது. கோயில் சம்பந்தப்பட்ட வேற யாரோ ஒருத்தன் திட்டம் போட்டு செய்திருக்கணும். இந்தப் பரட்டை தலையன் செய்திருந்தா, பேக்கு மாதிரி மறுநாளே கந்தசாமி கோயில்ல மாட்டிப்பானா? ஊரைவிட்டு ஓடியிருக்க மாட்டானா!’

'ஒண்ணு தான் செய்த காரியத்தின் விளைவுகளைப் பற்றிக் கவலைப்படாதவனாக இருக்கலாம். இல்லை..'

'முழுசா பாசாங்கு பண்ணி, தான் பைத்தியம்னு சொல்லி கோர்ட்டில தப்பிச்சுக்கற முயற்சியா இருக்கலாம்.'

'இந்தக் கொலைக்குக் காரணம் என்ன?'

'அம்மன் பதக்கம். அம்மன் பதக்கம் கிடைக்கலை அவனுக்கு. அது லாக்கர்ல இருக்கு.'

'பலாத்காரம், கற்பழிப்பு ஏதாவது செய்திருக்கானான்னு பார்க்கணும். போஸ்ட்மார்ட்டம் ரிப்போர்ட்ல தெரியும்.'

கணேஷ் சிந்தனை வசப்பட்டான்.

'என்ன பாஸ்?'

'ஒண்ணுமில்லை' என்றான் சற்று தயக்கத்துடன்.

'ஏதோ சொல்ல நினைக்கறீங்க. அதுக்கு இன்னும் வேளை வரலை. எனக்கு இதில என்ன படுதுன்னு சொல்லட்டுமா?'

'சொல்லு. அன்னிக்கு சாயங்காலம் கங்கா நம்மைப் பார்த்துட்டுப் போனா இல்லை, அதிலிருந்து ஆரம்பிச்சு என்ன நடந்தது, விவரமா சொல்லு.'

'கங்கா நம்ம வீட்டைவிட்டுப் புறப்பட்டப்ப மணி ஏழு எழரை இருக்குமா? இங்கிருந்து ஒரு டாக்சி அல்லது ஆட்டோவை பிடிச்சுட்டு மைலாப்பூர் போகக் குறைந்தது நாற்பது நிமிடமாவது ஆகும்.'

'சுமார் எட்டேகாலுக்கு போயிருக்காங்க. கேட்டை மூடலை. கூர்க்கா, அவள் திரும்பி வந்ததை கவனிச்சிருக்கலை. அவள் வீட்டுக்கு வந்ததும் உறவுக்காரங்க துணைக்கு படுத்துக்க யாரும் வரலை பார்த்தீங்களா. அவங்களுக்கு போன் பண்றதில அல்லது டி.வி.பார்க்கிறதில அல்லது நாயோட கொஞ்சறதில பொழுது போக்கியிருக்கலாம்.'

'அதனால்தான் போட்டுக்கிட்டிருந்த கருப்பு உடையை மாத்தலை. இல்லைன்னா வெளியே போயிட்டு வந்த உடனே யாரும் உடையை மாத்தாம இருக்கமாட்டாங்க. அதுவும் பெண்கள்.'

‘சொல்லு.’

‘ராத்திரி பத்து மணிக்கு முன்னால அவன் வந்திருக்கான்.’

‘யாரு?’

‘கொலைகாரன். அது பிடிபட்ட பரட்டை தலையனா இருக்கலாம். இல்லை வேற ஒருத்தனா இருக்கலாம்.’

‘அவன் வந்ததை யாரும் கவனிக்கலை. கிளம்பிப் போனபோது அந்த ராமானுஜம் தாத்தா பார்த்திருக்கார்.’

‘பத்து மணிக்கு!’

‘கொலைக்குக் காரணம்?’

‘அம்மன் பதக்கம் அவள்கிட்ட இருக்கிறதா நினைச்சுக்கிட்டு அதைக் கேட்டிருப்பான். அவள் எங்கிட்ட இல்லைன்னு சொல்லிப் பார்த்திருப்பா. அவனுக்குக் கோபம் வந்து ‘இதுவரைக்கும் நான் கடிதம் எழுதிட்டேன். இன்னும் நீ அதை எடுத்து வைக்கலியா’ன்னு கோபப்பட்டு, அவளைக் கழுத்தை நெரிச்சு. தண்ணீல முக்கியிருக்கான். அப்ப சுமார் பத்து மணி இருக்கணும்.’

‘அவள் வந்ததை கூர்கா கவனிக்கலைன்னா ஒம்பதரைக்கு முன்னாடி நுழைஞ்சிருக்கணும். இல்லையா?’

‘ஆமாம் பாஸ்! இது ரொம்ப சிம்பிள் கேஸ். பரட்டைத் தலையன் தான் செய்திருக்கான்!’

‘மோட்டிவ்! காரணம்.’

‘அம்மன் பதக்கம் கிடைக்காத கோபம்.’

‘சரி அப்படியே வச்சுக்கலாம்.’

‘என்ன பாஸ் திருப்தியா உங்களுக்கு? விளக்கம் கிடைக்கலையா?’

‘ரெண்டு விஷயம் உதைக்கிறது வசந்த். ஒண்ணு அத்தனை பயந்தவள் சட்டுனு கிளம்பிப் போயிட்டாள், நம்மகிட்ட அட்ரஸ் கொடுக்காமல். அதுக்குக் காரணம் என்ன? வீட்டில போய்த் தனியா இருந்திருக்கா. உறவுக்காரங்களை விட்டுரு. அந்த

இடத்தில பதினாறு பிளாட் இருக்குது. அதில ஒருத்தர்கூடவா ராத்திரி துணைக்கு வரமாட்டாங்க!'

'ஒருவேளை நாய் இருக்குதுன்னு அசட்டு தைரியத்தில் கூப்பிட லையோ, என்னவோ.. அவன் என்னடான்னா எப்படியோ நாயை அடக்கிருக்கான்!'

'அதனால.. வந்தது அவளுக்குத் தெரிஞ்ச குடும்ப நண்பருங்க யாராவது இருக்குமான்னு சந்தேகமா இருக்குது. மணவாளன் இதையெல்லாம் தீர விசாரிச்சுட்டுத்தான் அந்த ஆள்மேல மேற்கொண்டு குற்றம் சாட்ட முடியும்.'

'எதுக்கும் நாளைக்கு எம்கே அம்மன் கோயில் தெருவில் ஒரு ஆளைப் பார்க்கப்போறோம். அப்ப ஒரு நடை போலீஸ் ஸ்டேஷன் போய் மணவாளனை விசாரிச்சுட்டு வரலாம்.'

'ஏன் பாஸ்..'

'முழு உண்மை கொஞ்சம் கண்ணாமூச்சி விளையாடுது.'

7

மறுதினம் அவர்கள் இன்ஸ்பெக்டர் மணவாளனைச் சந்தித்துப் பேசியபோது எல்லாம் தெளிவாகிவிட்டது.

பரட்டைத் தலையன் உண்மைப் பெயர் கோவிந்தன் என்பதையும் அம்மன் வெறி கொண்டவன் என்பதையும் விசாரித்துத் தெரிந்திருந்தார். அவன் சொந்த ஊரான திண்டிவனம் தாண்டி ஒரு புராதனக் கோயிலில் அண்மையில் அம்மன் கோயில் நகைகள் திருட்டுப் போயிருந்ததாகவும் அதை போலீசார் விசாரித்துக் கொண்டிருப்பதாகவும் தெரிந்தது. சில தினங்களாக அந்தப் பரட்டைத் தலையன் அந்த வீதியில் உலவியதாகவும், 'அம்மன் பதக்கம்.. அம்மன் பதக்கம்..' என்று அங்கலாய்த்ததாகவும் தெரிய வந்தது.

'இவன்தான் சார். வாரண்ட் எடுத்திட்டோம், ரிமாண்டில் வைக்கிறதுக்கு.'

'இன்ஸ்பெக்டர், இந்தாளு கையெழுத்தை சோதிச்சுப் பார்த்துட் டீங்களா?'

'தமிழ் எழுத மாட்டேங்கறான். மலையாளத்தில் எழுதறான். ஆள் கிராக்கு சார். கேசை எடுத்துகிட்டீங்கன்னா 'இன்சானிட்டி' பிரிவில் வெளியே கொண்டாந்துரலாம்.'

'மணவாளன், நீங்கள் நேற்று எங்கள் ரூமுக்கு வந்திருந்தப்ப பம்பாய்க்கு பத்மநாபராஜுக்கு போன் பண்ணீங்களே, எப்படி நம்பர் கிடைச்சுது?'

'பிளாட்ல அவரு எழுதி வைச்சுட்டுப் போயிருந்தாரு. மனைவிக்குக் குறிப்பு - ஏதாவதுன்னா பம்பாய்க்குப் போன் பண்ண வேண்டியதுன்னு!'

'பதக்கத்தை லாக்கர்லருந்து எடுத்து அந்த திண்டிவனம் கோயில் அதிகாரிகள்கிட்டக் காட்டிட்டீங்களா?'

'இன்னும் இல்லை. ஒவ்வொண்ணாத்தான் இனி நடக்கும்! நன்றிங்க!'

'எனக்கு எதுக்கு நன்றி?'

'இவ்வளவு சீக்கிரம் விசாரணை முடித்து, கைது பண்ண முடிஞ்சதுக்கு உங்கள் ஒத்துழைப்பும் காரணம்.'

வீட்டுக்குப் போகுமுன் கணேஷ், 'ஒருமுறை அந்த பத்மநாப ராஜுவை பார்த்துரலாம்!' என்றான்.

'எதுக்கு?'

'அனுதாபங்களை தெரிவிக்கிறதுக்கு, மன்னிப்புக் கேக்கற துக்கு.'

அவர்கள் மறுபடி அந்த பிளாட்டுக்கு சென்றபோது வேலைக் காரன் கதவைத் திறந்தான். பத்மநாபராஜு போன் பேசிக் கொண்டிருந்தவன், அவர்களை சைகையால் உட்காரச் சொன்னான்.

'எட்டரைக்கு வந்துருவேன். அங்கேயே இரு. இப்ப விசிட்டர்ங்கல்லாம் வந்திருக்காங்க. அப்புறம் பேசலாம்.'

போனை வைத்துவிட்டுச் சோகமான கண்களுடன் கணேஷைப் பார்த்தான்.

'கங்கா செத்துட்டான்னா நம்பறதே கஷ்டமா இருக்கு. ஒவ்வொரு முறையும் அழைப்பு மணி அடிக்கறப்பவும் அவள் தான்னு இன்னும் மனசு எதிர்பார்க்குது, டெர்ரிபிள்.'

'லாக்கர்லருந்து நகையை எடுத்துட்டீங்களா?'

'இல்லைங்க. ரொம்ப ஹெக்டிக்கா இருந்திச்சு.'

கணேஷ், 'ஒரு போன் பண்ணிக்கலாமுங்களா?' என்று கேட்டான்.

'தாராளமா.'

கணேஷ் போன் அருகில் சென்றான். அது ஒரு நவீன பட்டன் போன்.

வசந்த் 'குற்றவாளியை பிடிச்சுட்டாங்க!' என்றான்.

'கேள்விப்பட்டேன். அந்தப் பைத்தியக்காரன்! என்ன - பிடிச்சு என்ன பிரயோசனம்? என் மனைவி திரும்ப வரப்போறாங்களா?'

கணேஷ் போனின் பித்தானை அழுத்தி, 'அலோ டு சிக்ஸ் எய்ட் சிக்ஸ் செவன்?'

'சாரி ராங் நம்பர்.'

'பின்ன உங்க நம்பர் என்ன?'

'யாருக்கு பாஸ் போன்?'

'கிளப்புக்கு! அப்புறம் பண்ணிக்கறேன். மிஸ்டர் ராஜு, உங்கள் மனைவிக்கு ஏதாவது சொத்து இருந்ததா?'

'அப்பா மூலம் கொஞ்சம் வரணும்! எதுக்குங்க எனக்கு அவள் பணம்? அவளே போயிட்டா!'

'இல்லை, அதுக்கு யாராவது போட்டி கீட்டி!'

'நீங்கள் ஏன் கேக்கறீங்கன்னு புரியுது. ஒருவேளை சொத்துல விரோதம் பண்ணிட்டு.. அப்படி இல்லைன்னு இப்பதான் நிரூபணம் ஆயிருச்சே! அந்தப் பைத்தியக்காரப் பதக்கம்தாங்க காரணம். எந்த வேளையில் இதை வாங்கினேனோ!' தலையைப் பிடித்துக் கொண்டு அழுதான்.

'உங்களுக்கு எங்கள் பரிபூரண அனுதாபங்கள். ஒருவிதத்தில் எங்களுக்கும் குற்ற உணர்ச்சி உண்டாகுது. உங்கள் மனைவி ராத்திரி வந்து உதவி கேட்டபோது, 'நாங்கள் கொஞ்சம் தயங்கிட்டோம், கூட வந்திருக்கலாம்.'

'விதி.'

'அதுக்காக மன்னிப்புக் கேட்கத்தான் வந்தோம்!'

'சோ நைஸ்.'

'நாங்கள் வரட்டுமா!'

'ஒரு காபிகூடக் கொடுக்க முடியலை, பார்த்தீங்களா?'

'பரவால்லைங்க. மற்றொரு சமயத்தில வர்றோம்.'

தம்புசெட்டித் தெருவுக்குத் திரும்புகையில் வசந்த், 'பாஸ், மணவாளனுக்கு போலீஸ் மெடல் நிச்சயமா கொடுப்பாங்க. துப்புரவா விசாரிச்சு கேஸை சீக்கிரம் முடிச்சுட்டார்.'

கணேஷ் பதில் பேசாமல் யோசனையில் இருந்தான்.

அறைக்குள் வந்து சேர்ந்ததும், கிருஷ்ணமூர்த்தி என்பவரின் வழக்கைப் பற்றிய குறிப்புகளை எழுதிக்கொண்டிருக்கும்போது, இறந்துபோன கங்கா, பத்மநாபராஜு, பரட்டைத் தலையன், இன்ஸ்பெக்டர் மணவாளன் அனைவரையும் மறந்து போயிருந்தான்.

வசந்த், அந்தப் பெண் கங்கா அவர்கள் அறைக்கு வந்திருந்த போது எடுத்த வீடியோவை பொருத்தி, அதைப் போட்டுப் பார்த்தான்.

'சிரிங்க!'

மார்பில் சற்றே திறந்த கருப்பு உடையில் சிறிது வெட்கத்துடன் கைகளைப் பார்த்துக்கொண்டு புன்னகைத்தாள் கங்கா.

'சே! எத்தனை உயிரோட இருந்திருக்காங்க, அன்னிக்கு சாயங் காலம் வந்தப்ப!'

கணேஷ் திரும்பிப் பார்த்தான்.

‘வீடியோ எடுத்தோமே, பாருங்க! எவ்வளவு பெரிய இழப்பு! ஒவ்வொரு முறையும் ஒரு அழகான பெண் இறக்கறபோது சொர்க்கத்துல ஒரு பூ உதிரும்னு படிச்சேன்.’

‘வசந்த் அந்த வீடியோவை திருப்பிப் போடு!’

வசந்த் ‘ரிவைண்ட்’ பட்டனை கொஞ்சம் இயக்கிவிட்டு, மறுபடி அந்த வீடியோ படத்தைக் காட்டினான்.

கங்கா உட்கார்கிறாள். வசந்தை நிமிர்ந்து பார்த்துப் புன்னகைக்கிறாள். பேசும்போது உதடு அசைவதும் அங்க அழகுகளை மழுப்பிய கரிய நிற உடை. அதில் பூப்போட்ட எம்ப்ராய்டரி தெளிவாகத் தெரிந்தது.

‘மை காட் வசந்த்! கிளம்பு!’

‘எங்கே?’

‘ஏதாவது சினிமாவுக்கு.’

‘சினிமாவுக்கா! எதுக்கு பாஸ் புரியறமாதிரி பேசுங்க!’

‘வசந்த், உனக்கு விளக்கமா சொல்ல நேரமில்லை. நான் கங்கா நடித்த ஏதாவது விளம்பரப் படத்தை இப்பவே பார்த்தே ஆகணும். ஊர்ல இருக்கற தியேட்டர் எல்லாம் விசாரி! உடனே!’

‘பாஸ், ஆர் யு ஆல்ரைட்!’

‘சும்மா பேசிக்கிட்டு இருக்காதே. சொன்ன வேலையைச் செய்’ வசந்த், கணேஷ் மேலும் கீழும் நடப்பதை கவனித்தான். கையால் உள்ளங்கையைத் தேய்த்துக்கொண்டு, நெற்றியில் நரம்புகள் புடைக்க, ‘சே. எப்படி மிஸ் பண்ணேன்! எப்படி?’

வசந்த் ஒவ்வொரு தியேட்டராக விசாரித்தான்.

‘சார், உங்கள் தியேட்டர்ல எக்ஸ் ஆர். பேனா விளம்பரம் காட்றீங்களா? ஒரு பெண் கணவனுடன் கடிதம் எழுதறாப்போல’ அவன் விசாரித்த எட்டாவது திரையரங்கில் அந்த விளம்பரப் படம் காட்டுவதாகச் சொன்னார்கள்.

‘பாஸ், ‘ஆல்பர்ட்’ல காட்டறாங்க!’

‘உடனே ஆல்பர்ட் போகணும்.’

காரில் போகும்போது கணேஷ் கோடி காட்டினான். 'நாம கங்காவுடைய வீட்டுக்கு போயி, அந்த உடலை பார்த்தமே, முதல்ல உனக்கு என்ன தோணிச்சு!'

'முகம் வீங்கி என்னமோ மாதிரி ஆயிருந்தது.'

'டிரஸ்! டிரஸ்!'

டிரஸ் மாத்தக்கூட நேரமில்லாம அதே கரிய டிரஸ்சிலதான் இருந்தாங்க!

'சரியா கவனிச்சியா?'

'ஏன், வீடியோலகூட அதே டிரஸ்தான். மைகாட்! எம்ப்ராய்டரில மஞ்சள் ரோஜா.'

'எக்ஸாக்ட்லி! அதேதான் என் முதல் சந்தேகம்! அந்தப் பொட்டிக் கடையில் அந்தப் பெண் என்ன சொன்னா, ஞாபகம் இருக்கா?'

'கருப்பு டிரஸ் போன வாரம்தான் வாங்கிட்டுப் போனாங்க.'

'அதுக்கப்புறம் ஒரு விஷயம் சொன்னாளே..'

வசந்த் யோசித்து, 'ரெண்டு டிரஸ். அட! அப்படி ரூட் மார்றீங்க!'

'ஆமாம்.'

'இப்ப எதுக்கு விளம்பரப் படம்னு புரியுதா?'

'பார்த்தே ஆகணும்.' ஆல்பர்ட் தியேட்டரில் நல்லவேளை மெயின் படம் தொடங்கவில்லை. அவர்கள் டிக்கெட்டு வாங்கிக் கொண்டு உட்கார்ந்ததும் எக்ஸ். ஆர். பேனாவின் விளம்பரம் வந்தது!

பின்னணியில் இனிய கீதம் ஒலிக்க, ஒரு மனைவி தன் கணவனுக்கு 'எக்ஸ்.ஆர்.' பேனாவில் கடிதம் எழுதுகிறாள்.

கேமரா அவள் கைமேல் மெல்லக் கவனமீர்க்க அவள் 'அன்புள்ள மன்னவனே! நீங்கள் வாங்கித் தந்த எக்ஸ்.ஆர். பேனா..'

'வசந்த், பார்த்தியா?'

'பார்த்தேன், பாஸ்.'

'என்ன பார்த்தே?'

'வலது கையால எழுதறா!'

'முகத்தைப் பார்த்தியா?'

'பார்த்தேன். சந்தேகம் வருது.'

'இனி என்ன?'

'டெலிபோன் செய்யணும்! அவசரம்!'

'யாருக்கு?'

கணேஷ் வெளியே வந்தபோது வசந்த் அலுத்துக்கொண்டான். 'உங்கள் கூட வேலை செஞ்சா ஒரு படம் முழுசாப் பார்க்க முடியாது. இந்த படத்தில கதாநாயகி முழுப் படமும் ரவிக்கை போடாம வர்றான்னு பரபரப்பா பேச்சு!'

கணேஷ் அருகாமை ஓட்டலில் போய்த் தன் பையில் அட்டையில் எழுதி வைத்திருந்த எண்ணைச் சுழற்றினான்.

மறுமுனை 'குட்மார்னிங்! ஓட்டல் பிருந்தா, மே ஐ ஹெல்ப் யூ?'

'நோ!'

சொல்லி வைத்தான். 'வா போகலாம்.'

'எங்க பாஸ்? வரவர நீங்கள் செய்யறது எனக்கே புரியாமல் போச்சு!'

'ஓட்டல் பிருந்தா.'

'அங்க என்ன?'

'தெரியலை, வா போகலாம்.'

ஓட்டல் பிருந்தா என்பது ராயப்பேட்டையின் சுறுசுறுப்பான மூலையில் இருந்தது. அதனுள் செல்லும் வழியும் வெளியே வரும் வழியும் குறுகலாக இருந்தன.

கணேஷ் மாருதியை நிறுத்திவிட்டு ஓட்டலில் வரவேற்புக்குச் சென்று, 'இங்க பத்மநாபராஜுங்கறவர் தங்கியிருக்காரா?' என்று கேட்டான்.

அவள் தன் சார்ட்டைப் பார்த்து, 'ஆமாம், ரூம் நம்பர் 307, புறாக்கூண்டுகளைப் பார்க்க வெளியே போயிருக்காங்க.'

'தாங்க்ஸ்.'

'இப்ப என்ன பாஸ்.'

'காத்திருக்கலாம்.'

லவுஞ்சில காத்திருந்தார்கள். ஆளுயரக் குத்துவிளக்கு. சூரியன் வர்ணத்தில் ஒரு சித்திரமும் ரத்தினக் கம்பளமும் அந்த இடத்தை அலங்கரித்ததை கணேஷ் கவனிக்கவில்லை. வருவோர் போவோர் அனைவரையும் உன்னிப்பாகக் கவனித்துக்கொண்டு இருந்தான்.

அரைமணி ஆனது..

வசந்த், 'நீங்கள் எந்த ரூட்ல சிந்திக்கறீங்கன்னு சொல்லட்டுமா?'

'சொல்லு.'

'நம்மைத் தேடி வந்த கங்காவும் இறந்து போன கங்காவும்..'

'அதோ வர்றா பாரு.'

ஒரு டாக்சியிலிருந்து கங்காவின் கணவன் பத்மநாபராஜு இறங்கினான். அவன் வாயில் சிகரெட்டு தொங்கிக் கொண்டிருக்க, ஓட்டுனருக்குப் பணம் கொடுத்துவிட்டு ஓட்டலை நோக்கி வந்தான்.

அவனுடன் ஒரு பெண்ணும் வந்தாள்.

'வசந்த், பார்த்தியா?'

'பாஸ், அன்னிக்கு நம்மைத் தேடி வந்த கங்கா.'

'சாட்சாத் அவளேதான்.'

'செத்துப்போன பொண்ணு உயிரோட திரும்பியிருக்கா!'

'அவள் செத்துப் போகலைடா, முட்டாளே!'

'பின்னே செத்தது யாரு?'

‘கங்காதான்! அவங்க நம்மைப் பார்க்கலை. ரூமுக்குப் போகட்டும். மணவாளனுக்குப் போன் பண்ணி வரச் சொல்லிட்டு அப்புறம் நாம ரூம் நம்பர் 307க்குப் போகலாம்.’

‘பாஸ், கதை வசனம் ரொம்ப கந்தலா இருக்குது.’

‘ஒட்ட வைக்கலாம் வாடா! கேஸ் முடிஞ்சு போச்சு!’

‘எப்படி உங்களுக்கு அவங்க இங்கதான் வருவாங்கன்னு தெரிஞ்சுது.’

‘போன் நம்பர் மூலம்.’

‘போன் நம்பர் எப்படித் தெரிஞ்சுது.’

‘நேற்று மணவாளனைப் பார்த்துவிட்டு பத்மநாபராஜுவை சந்திக்கப் போனோமே, அப்ப அந்தாளு போன் பண்ணிக்கிட்டிருந்தானே, ஞாபகம் இருக்கா?’

‘ஆமா. அப்ப நீங்ககூட ஒரு போன் பண்ணிக்கலாமான்னு கேட்டீங்க.’

‘போன் பண்ணிக்கலை. அந்த போன், பட்டன் போன். அதுல ரிபிட் பட்டனை அழுத்தி அதுக்கு முந்தி ராஜு பேசிக்கிட்டிருந்த நம்பரைக் கேட்டு வாங்கிட்டேன்!’

‘வசந்த் கண்களை விரிய ‘பாஸ்! உங்கள் தலைல இருக்கறது என்ன சூப்பர் கம்ப்யூட்டரா!’என்றான்.

‘உன் தலைல இருக்கற அதே சமாசாரம்தான்.’ கணேஷ் மணவாளனுக்கு போன் செய்தான். ‘மணவாளன், உங்கள் அம்மன் பதக்க கேஸ்ல சில திருப்பங்கள்!’

‘என்ன கணேஷ், இங்கயும் கொஞ்சம் உதைக்குது. ஆள் அடையாளம் சரியில்லை. ராமானுஜம் அதான் ரிட்டயர்டு ரிஜிஸ்ட்ரார், அவர் இப்ப மறுபடி பார்த்துட்டு சந்தேகமா இருக்குதுங்கறாரு. லாக்கர்ல இருக்கற பதக்கம், திண்டிவனம் அம்மன் கோயில் பதக்கம் இல்லையாம்!’

‘அதெல்லாம் விட்டுருங்க. கேஸ் புதிய பாதைல திரும்பிருச்சு. பிருந்தா ஓட்டல் 307-க்கு வாங்க, உடனே!

8

கணேஷும் வசந்தும் 307ஐ அடைந்து, அதன் அழைப்பு மணியை ஒத்தினார்கள்.

'ஹூ இஸ் இட்?'

'கணேஷ், வசந்த்.'

கொஞ்ச நேரத்தில் கதவு கால் பாகம் திறந்து, 'அலோ மிஸ்டர் கணேஷ்..' என்ற பத்மநாபராஜு, 'எப்படி இங்க வந்தீங்க? யார் நான் இங்க இருக்கறதா சொன்னது?'

'உள்ள வரலாமா?'

'கொஞ்சம் பிசியா ஸ்டோரி டிஸ்கஷன் நடந்துகிட்டு இருக்கு.'

'நடக்கட்டும்.'

'அப்புறம் வரீங்களா?'

'என் காரியம் முடிய பத்து நிமிடம் கூட ஆகாது.'

'அப்புறம் வாங்கன்னு சொன்னா பிடிவாதம் பிடிக்காதீங்க.'

கணேஷ் சட்டென்று செயல்பட்டான். கதவைத் திடீர் என்று தள்ளின உத்வேகத்தில், பத்மநாபராஜு பின்சாய்ந்து விழ இருவரும் உள்ளே நுழைந்தார்கள்.

படுக்கையில் உட்கார்ந்திருந்த பெண்ணிடம், 'அலோ கங்கா!' என்றான்.

அவள் முகத்தில் ரத்தமிழந்து ராஜுவைப் பார்க்க,

அவன் 'இவள் கங்கா இல்லை! கங்கா இறந்து போயாச்சு!'

'தெரியும்! கங்கான்னு சொல்லிக்கிட்டு என்னை வந்து பார்த்தது இந்தப் பெண்தான்!'

'இல்லை, நான் உங்களைப் பார்த்ததே இல்லை' என்றாள் அந்தப் பெண், அச்சத்துடன்.

'வசந்த், அப்படியா! வீடியோ பார்க்கறியா?'

‘வீடியோ?’ என்றான் பத்மநாபராஜு.

‘எங்கள் ரூமுக்கு வந்தப்ப வீடியோ எடுத்தோம். இன்னிக்கு அதைத் திருப்பிப் போட்டுப் பார்த்தப்ப பல விஷயங்கள் தெளிவாச்சு! இடது கை பழக்கம், சட்டைல எம்பிராய்டரி! ஏ பெண்ணே, நீ மாட்டிக்காம இருக்கணும்னா பேர் சொல்லு!’

‘சொல்லாதே.’

‘நிம்மி.’

‘நிம்மி உனக்கு மூளை கம்பி! கணேஷ், வசந்த் போல நகரத்தில் ரெண்டு சிறந்த லாயர்களை ஏமாத்தலாம்னு பார்த்தியா!’

‘எல்லாம் ராஜு சார்தான்!’

‘நிம்மி சும்மாரு! பேசாதே! இவங்க லாயர்ஸ்!’

கணேஷ் நாற்காலியில் உட்கார்ந்தான்.

‘மிஸ்டர் பத்மநாபராஜு! நான் சின்னதா ஒரு கதை சொல்றேன். அது சரிதானா, பாருங்க!’

‘நான் கதை ஏதும் கேக்கத் தயாராயில்லை.’

‘உட்கார்றா சும்மா!’ என்று வசந்த் அதட்ட, அவன் உதடுகள் நடுங்க, ‘சிகரெட்டு பற்றவை. நடுக்கம் குறையும். நிம்மி நீயும் பத்த வச்சுக்க. உனக்கும் டென்சன் குறையும்.’

‘ரெண்டு பேரும் மூக்குவரைக்கும் அபாயத்தில் மூழ்கியிருக்கீங்க! பாஸ் சொல்றதை கவனமாக் கேளுங்க.’

‘நான் ஏதும் செய்யலை. நான் பம்பாய்ல இருந்தேன்!’

‘பத்மநாபராஜு ஆதிலயிருந்து கேளுங்க! எங்கேயாவது தப்புன்னா சொல்லுங்க! நீங்க ஒரு வசனகர்த்தா. டப்பிங் படம் எடுக்கறவரு. கதை வசனம் எழுதறவரு. குறிப்பா பாட்டுக்கூட எழுதுவீங்க.’

‘அது என்ன பாட்டு..’

> ‘பதக்கம் வியாழன் கிடைக்காமல் போனால்
> மிதக்கும் உனதுடல் அன்று’

'நீங்க தமிழாசிரியரா பிழைப்பைத் தொடங்கினீங்கன்னு படிச்சேன். உங்களுக்கு எப்படி இந்தப் பதக்கம் ஐடியா கிடைச்சது?'

'அந்தப் பதக்கம்.. அதான் அம்மன் கோயில்ல..'

'அம்மனுமில்லை கோயிலுமில்லை. எங்க வாங்கினீங்க? தியாகராயநகர் நகைக் கடையா? பாப்பாலால் லெட்சுமணதாஸ், ஹாண்டிகிராப்ட்டிலயா?'

'பதக்கம் எதுக்கு வாங்கினீங்க?'

'நீதான் சொல்லேன்.'

'அம்மன் பதக்கம் அம்மன் பதக்கம்னு ஒரு தாடி மீசை பைத்தியக்காரன் உங்கள் பேட்டையில் அடிக்கடி உலாவறதை கவனிச்ச போதுதான் உங்களுக்கு அந்த எண்ணம் தோனிச்சு!'

'எந்த எண்ணம்?'

'கங்காவைக் கொல்ற எண்ணம்.'

பத்மநாபராஜு சிரித்தான். 'அற்புதம். நான் பம்பாயில இருந்தேன். உங்ககிட்ட போர்டிங் கார்டு கூடக் காட்டினேனே, அன்னிக்கு!'

'கவனிச்சேன். என்கிட்ட வலுக்கட்டாயமா அந்த கார்டை கொடுத்தீங்க, அதையும் கவனிச்சேன். மெய்யாவே நீங்க பாம்பே பிளைட்ல வந்திருக்கீங்கன்னு நான் புரிஞ்சுக்கறது உங்களுக்கு முக்கியமா இருந்தது அப்ப.'

'பாம்பேல இருக்கறப்ப எப்படி நான் இந்தக் கொலையைச் செய்ய முடியும்?'

'பம்பாய்க்கு நீங்க எப்ப போனீங்க?'

அவன் ஊமையாக இருக்க,

'கொலை நடந்த மறுதினம் காலைலகூட நீங்க போயிருக்கலாம். அதிகாலைல ஒரு ஃப்ளைட் இருக்கே! அதுல போயிட்டு, அந்த நம்பர்ல காத்திருந்து, போலீஸ்கிட்டருந்து போன் வந்தப்புறம் பூனை மாதிரி சாயங்கால ஃப்ளைட்டுல திரும்பி வந்தீங்க!'

வசந்த் தொடர்ந்தான். 'நீங்க செய்த திட்டத்தில ஒரே ஒரு தப்பு. எங்ககிட்ட இந்தப் பெண்ணை கங்கான்னு அனுப்பினதுதான். இவளை ரொம்பத் திறமையா அதே கறுப்பு உடையைப் போட்டு அனுப்பினீங்க! விளம்பரப் படம், அது இதுன்னு நல்லாவே சொல்லிச்சு. பதக்கம், பதற்றம் எல்லாமே சரியாத்தான் இருந்தன. இந்தப் பொண்ணு இந்த மாதிரி எங்ககிட்ட சொல்லிட்டுப் போயிடவும் அடுத்து போலீஸ்கிட்டருந்து போன் வந்து, போய் எட்டு மணி நேரம் தண்ணில இருந்த உடலைப் பார்த்தப்ப முதல்ல தெரிஞ்சது, அந்தக் கருப்பு உடைதான். அதைப் பார்த்ததும் அவள்தான் இவள்னு உடனே முடிவு பண்ணிட்டோம். முகம் வேறு வீங்கியிருந்ததால், வேறு ஏதும் பிரதான அடையாளத்தை நாங்கள் யோசிக்கவில்லை. அதில ஏமாந்துட்டோம்! உங்க மனைவிகிட்ட அந்த மாதிரி இரண்டு டிரஸ் இருந்திருக்கு. ஒண்ணை நிம்மிக்கு கொடுத்து அனுப்பியிருக்கீங்க. மற்றதை அந்த உடலுக்கு போட்டிருக்கீங்க. வீடியோவைப் பார்த்ததும் முதல் சந்தேகம் கருப்பு டிரஸ் ஒரே மாதிரி இருந்தாலும், வீடியோவில் இருந்த எம்பிராய்டரி டிசைனும் உடல்ல பார்த்த எம்பிராய்டரி டிசைனும் வேறு வேறா இருந்தது. போலி கங்காவுக்கு மூக்கில வைரம் இருந்தது. அந்த உடல்ல மூக்கில வைரம் இல்லை. இதெல்லாத்தையும்விட சினிமாவில விளம்பரப் படத்தில் உண்மை கங்காவைப் பார்த்தப்ப, அவள் வலது கையில பேனாவை வச்சுக்கிட்டு கடிதம் எழுதறாள். சினிமாவில் இடது வலது மாறியிருக்க முடியாது. ஏன்னா கடிதத்தின் எழுத்துகள் நேரா இருந்தன. அந்தப் பெண்ணை கங்கா போல நடிக்க வெச்சு, எங்க ரெண்டு பேரையும் அம்மன் பதக்க கட்டுக்கதைக்கு வலுவான சாட்சியமா தயார் பண்ண ஏற்பாடு செய்தீங்க!'

'நீங்க நல்ல கற்பனை வளம் உள்ளவங்க. சினிமாவுக்குக் கதை எழுதுலாம்' என்று சிரித்தான் ராஜு.

'நீங்க சினிமா தாடியை ஒட்டி வச்சுக்கிட்டு ரூமுக்கு வெளிய வந்திருக்கலாம். அதை ராமானுஜம் பார்த்துட்டு தப்பா அடையாளம் காட்ட..!'

'வா நிம்மி போகலாம்' என்றான் பதற்றத்துடன்.

நிம்மி பயத்துடன் விழித்தாள். 'ராஜு சார் எதுவும் ஆபத்தில்லை தானே!'

'சே! இவங்க ரெண்டு பேரும் புருடா விடறாங்க, பயப்படாதே.'

'ஒரு கொலைக்கு உடந்தையா இருந்ததுக்காக உங்களுக்கு எட்டு வருஷம்தான் கிடைக்கும்!'

'இவர்தாங்க சொல்லிக் கொடுத்தது.'

'நிம்மி! வாயை மூடு.'

'நீங்க நல்லா பேசுங்க. நிம்மி ஒப்புத்துக்கிட்டா, அப்ரூவ ராய்ட்டா உங்களை விட்டுருவாங்க.'

நிம்மி இருவரையும் மாறி மாறிப் பார்த்தபோது இன்ஸ்பெக்டர் மணவாளன் வந்து சேர்ந்தார். 'என்ன கணேஷ்! என்ன புதுசா கண்டுபிடிச்சீங்க!'

'இந்தாளுதான் சார் தன் மனைவியைக் கொலை செய்திருக் கணும்!'

'இந்தப் பொண்ணு யாரு?'

'இவங்கதான் என்னை வந்து பார்த்தது - கங்கான்னு பேரு சொல்லிக்கிட்டு.'

'என்னய்யா! சின்ன வீடா?'

'இன்ஸ்பெக்டர், இறந்துபோன கங்காவுடைய சொத்து விஷயத்தை விசாரிச்சீங்களா?'

'விசாரிச்சேன் கணேஷ். அவங்களுக்கு நிறையவே சொத்து இருக்குது. நகை நட்டு, ஷேர் சர்ட்டிபிக்கேட்டுன்னு எல்லாம் இவருக்குத்தான் சேரும்! மேலும் சமீபத்தில தெலுங்குப் படம் டப்பிங் எடுத்து ரெண்டு மூணு படத்தில் அடிவாங்கி நிறைய கடன் வேற!'

'குட்! எல்லாம் விசாரிச்சுட்டீங்களா!'

'சார் எனக்கு எதுவும் தெரியாது சார். இந்தக் காரியத்தைச் செய்தா அவர் எடுக்கப் போற படத்தில் சான்ஸ் தர்றேன்னாரு!' என்றாள் நிம்மி.

'எந்தக் காரியத்தை?'

'கணேஷ் வசந்த் முன்னால் கங்கான்னு சொல்லிக்கிட்டு மிரட்டல் கடுதாசியைக் காட்டிட்டு வரச்சொன்னாருங்க! அம்மன் நகையைப்

பற்றி எல்லாம் சொல்லித் தந்தாருங்க. எட்டுமுறை ஒத்திகை பார்த்தோம்.'

இதையெல்லாம் மவுனமாக கவனித்துக்கொண்டிருந்த பத்மநாப ராஜு, சட்டென்று இன்ஸ்பெக்டரின் மேல் பாய்ந்து அவரைத் தள்ளிவிட்டு பால்கனி பக்கம் பாய்ந்து வெளியே பாரபெட் சுவரில் குதிக்க, அந்த இடம் அமர்க்களமாகிவிட்டது. போலீஸ் விசில் கேட்க, போலீஸ்காரர்கள் பின்தொடர, நிம்மி பயத்தில் அலற, கணேஷ் படுக்கையில் உட்கார்ந்துகொண்டான்.

வசந்த், 'பாஸ்! கைகொடுங்க' என்றான்.

'எதுக்கு? ஏறக்குறைய ஏமாந்து போனதுக்கா?'

'ஏறக்குறையதானே!'

'வசந்த், இதில நீதி என்ன தெரியுமா?'

'உடனே தெரியறதை நம்பாதே! கங்கா என்ற நிம்மி, அதான் உங்கள் பேரா இல்லை வேற ஏதாவது பம்மியா..?'

'வசந்த் இப்ப என்ன ஆகும்!' என்றாள் ஈனசுவரத்தில்.

'நல்லா மாட்டிக்கிட்டிருக்கீங்க. உங்களை விடுவிக்கணும்னா மறுபடி எங்கள் ஆபீசுக்கு வந்தாகணும் நீங்க!'

'பாஸ்! ஒரு ஜோக் சொல்லவா? ஊருக்குப் புறப்பட்ட ஒரு ஆசாமி, பர்சை மறந்துட்டான்னு திரும்பி வந்து கதவைத் தட்டினான். மனைவிதான் கதவைத் திறப்பான்னு எதிர்ப்பார்த்தா..'

'யார் திறந்தாங்க?'

'ரூமுக்கு வாங்க சொல்றேன்!' என்றான் வசந்த்.

கணேஷ் பால்கனி வழியாக எட்டிப் பார்த்தபோது,

நொண்டி நொண்டி நடந்துவந்த பத்மநாபராஜுவின் கைகளில் மணவாளன் விலங்கு பூட்டிக்கொண்டிருந்தார்.